Talaðu við ókunnuga

Börkur Sigurbjörnsson

Talaðu við ókunnuga

Urban Volcano

Talaðu við ókunnuga
Börkur Sigurbjörnsson

Creative Commons (BY-NC-ND) – 2019
http://creativecommons.org/licenses/by-nc-nd/4.0/

Kápa: Ana Piñeyro

Myndskreyting: Börkur Sigurbjörnsson

Útgefandi: Urban Volcano

http://urbanvolcano.net/

ISBN 978-9935-9466-0-7

Kaupsýslumaðurinn sem gaf gítarinn sinn

„Señor Manuel Sánchez, viltu vinsamlega hafa samband við þjónustuborðið við hlið fimmtán,“ tilkynnti lítillega pirruð rödd í gegnum hátalarakerfið.

Mér varð litið til þjónustuborðsins við hlið númer fimmtán. Þar sat miðaldra kona og skimaði yfir biðsvæðið eins og fangavörður í turni sínum, í leit að einhverri hreyfingu sem gæti flokkast sem svar við kalli hennar. Enginn stóð upp. Enginn gaf sig fram.

Tíu sinnum, eða eitthvað álíka, hafði þessi Manuel verið beðinn um að gefa sig fram við starfsfólk flugfélagsins. Hvað var í gangi? Ég hafði í gegnum tíðina eytt talsverðum tíma í bið á flugvöllum, en mér hafði aldrei verið boðið að tala við starfsfólkið við hliðið. Að minnsta kosti ekki í gegnum hátalarakerfið. Satt best að segja skildi ég ekki hvers vegna sumt fólk þurfti að vera kallað upp að hliði áður en farið var að hleypa farþegum um borð. Hafði flugfélagið eitthvað meira við það að ræða varðandi bókunina? Voru viðskiptin ekki gengin í gegn? Farþegarnir voru að öllum líkindum þegar innritaðir í flugið. Var einhver ástæða til að skoða þá eitthvað frekar?

Ég skildi ekki heldur hvers vegna það gerðist svo oft að fólk mætti ekki tímanlega—hvers vegna nafn þeirra þurfti að vera endurtekið í sífellu. Voru tengsl þar á milli? Hafði fólk, sem kallað var að innritunarborðinu, ástæðu til þess að láta ekki sjá sig? Eða veitti ég ef til vill einungis því fólki athygli sem svaraði ekki og var því kallað upp hvað eftir annað? Ég hafði ekki hugmynd. Hegðun og atferli týndra flugfarþega var ekki á mínu sérsviði.

Ég teygði mig eftir Burberry-leðurskjalatöskunni og tók upp Moleskine-skrifblokkina mína ásamt uppáhalds Montblanc-pennanum mínum. Ég ákvað að nota tímann vel og útbúa lista yfir það sem ég þyrfti að gera þegar ég kæmi aftur upp í háskóla. Ég ætti að skrifa stutta skýrslu fyrir vinnufélagana þar sem ég deildi reynslu minni af ráðstefnunni. Ég þyrfti að gaumgæfa greinina eftir rannsóknarteymið frá Cornell. Fyrirlestur þeirra hafði verið afar áhugaverður. Rannsóknirnar virtust einstaklega vel úr garði gerðar og framsetning niðurstaðnanna hafði þar að auki verið mjög skemmtileg. Það virtist svo auðvelt fyrir fræðimenn frá rótgrónu háskólunum í Norður-Ameríku að framreiða hvert stórvirkið á fætur öðru. Rannsóknaraðstaða þeirra var svo langt umfram það sem ég gæti látið mér dreyma um í Madríd. Bara ef ég fengi tækifæri til þess að vinna með einni af þessum frægu stofnunum. Þá gæti ég ímyndað mér sjálfan mig sækja fyrsta flokks ráðstefnu sem ræðumaður í stað þess að vera einungis áhorfandi eins og ég hafði verið á ráðstefnunni í Santiago.

Ég leit upp frá skrifblokkinni og yfir biðsvæðið, ímyndaði mér að ég væri að horfa yfir þéttsetinn ráðstefnusal, fullan af fólki, sem beið þess að ég hæfi kynningu mína á byltingarkenndum rannsóknarniðurstöðum. Ég sá sjálfan mig fyrir mér á sviðinu, klæddan í grá jakkaföt, ljósbláa skyrtu og með vínrautt bindi. Ég var í svörtum skóm og sviðsljósin glömpuðu af vel pússuðu leðrinu. Ég rétti úr bakinu, lyfti höfðinu og ræskti mig. „Góðan daginn herrar mínir og frúr," hóf ég fyrirlesturinn. „Það er einstök ánægja að vera staddur hér í dag til að kynna sameiginlegt rannsóknarverkefni mitt og félaga minna frá Cornell-Háskóla."

„Señor Manuel Sánchez, viltu vinsamlega hafa samband við þjónustuborðið við hlið fimmtán."

Tilkynningin kippti mér út úr draumaheiminum, steypti mér úr ræðupúltinu og hlammaði mér niður í sætið á biðsvæðinu framan við hlið fimmtán á El Dorado alþjóðaflugvellinum. Enn á ný voru þau að auglýsa eftir hinum dularfulla farþega, Señor Manuel Sánchez. Ef ég ætti að veðja upp á það, þá setti ég mína peninga á þá tilgátu að hann hefði sofnað við eitthvert annað hlið eftir að hafa drukkið einum eða tveimur of mikið. Hvernig gat fólk annars týnst á flugvöllum? Það var ekki eins og við værum stödd í miðjum óbyggðum. Að minnsta kosti ekki hér í Bogotá. Það gat verið að fólk týndist á stóru flugvöllunum með fjölda flugstöðvarbygginga og löngum göngum, sem liðu áfram eins og snákar í eyðimörk, eins og á Heathrow eða Barajas, en ekki á El Dorado.

„Hvað ætli hafi komið fyrir Señor Sánchez?"

Ég leit á manninn sem hafði ávarpað mig. Hann sat mér á vinstri hönd og hallaði sér fram yfir tvö auð sætin, sem voru á milli okkar. Hann var lágvaxinn með hringlaga andlit, sólbrúna húð og þunnt svart hárið greitt aftur en náði samt ekki að hylja almennilega skallablettinn aftast á hnakkanum. Strjált en snyrtilega klippt yfirvaraskegg prýddi efri vörina. Hann klæddist dökkbláum, úr sér gengnum íþróttagalla, sem var númeri eða tveimur of stór fyrir grannan líkamann. Peysan var rennd niður og það glytti í krumpaðan stuttermabol, sem gæti hafa kallast hvítur fyrir nokkur hundruð þvottum síðan. Það sama var hægt að segja um hrörlega hlaupaskóna í óskilgreindum lit. Bros mannsins gaf honum strákslegt útlit, ef litið var framhjá skökkum og kaffilituðum tönnunum.

„Þekkir þú Señor Sánchez?" spurði ég.

„Allir þekkja Señor Sánchez," sagði maðurinn og brosti. „Sánchez er afar algengt nafn."

„En þekkir þú þennan tiltekna Señor Sánchez? Señor Manuel Sánchez?"

„Ég efa það. Eins og ég sagði, þá er Sánchez afar algengt nafn."

Ég kinkaði kolli og beið í nokkur augnablik til að sjá hvort maðurinn hefði í huga að halda áfram þessum samræðum, sem hingað til höfðu verið frekar innihaldsrýrar. Þar sem hann sýndi engin merki um að halda áfram þá sneri ég mér aftur að tossalistanum mínum.

Ég skrifaði hjá mér að ég ætti að biðja Ölbu um að skila mér mínu eintaki af annarri ritgerð John Locke um ríkisvaldið. Mér fannst það skrýtið að hún hefði ekki þegar skilað því. Hún var skarpur nemandi og þar sem bókin innihélt kafla um eignarrétt þá var það

11

kaldhæðnislegt að hún hefði ekki virt minn eignarrétt á bókinni með því að halda henni fyrir sig í nokkrar vikur.

„Á leiðinni til Mexíkóborgar?" spurði maðurinn þegar ég hafði rétt náð að snerta blaðið með pennanum.

„Nei," svaraði ég og gerði mér upp vingjarnlegt bros til þess að hylma yfir pirringinn við það að hafa verið truflaður einu sinni enn. „Ég er á leiðinni til Madrídar. Flugið mitt er það næsta frá þessu hliði. Það er að segja á eftir fluginu til Mexíkóborgar."

„Hvítt blóð rennur um mínar æðar, hreinn fótbolti í hjarta mér. ¡Hala Madrid!" söng maðurinn. „Hvernig fannst þér Kólumbía?"

„Ég hef eiginlega ekki komið til Kólumbíu," viðurkenndi ég. „Viðskipti mín við Bogotá eru aðeins í formi millilendingar. Ég kom með morgunfluginu frá Santiago. Santiago de Chile."

„Aha, Síle. Alvarlegt fólk, Sílebúar. Stunda vel ígrunduð viðskipti. Vissirðu? Það er hægt að læra margt um það hvernig fólk stundar viðskipti með því að horfa." Maðurinn kinkaði kolli og benti með vísifingri og löngutöng á augun. „Ég hef verið að horfa á það hvernig fólk stundar viðskipti hér í Kólumbíu. Fylgst með hegðun fólks, hvernig það kemur fram. Horft á hvernig það hagar sínum viðskiptatengslum. Verslunin hér í Kólumbíu er afar frábrugðin því hvernig við gerum hlutina í Mexíkó. Ertu sjálfur kaupsýslumaður? Varstu í viðskiptaerindum í Síle?"

„Já og nei," svaraði ég. „Ég er prófessor. Rannsóknarsvið mitt er vissulega viðskiptafræði, en ég stunda ekki viðskipti í eiginlegum skilningi. Minn áhugi er aðallega af fræðilegum toga. Ég var á fræðilegri ráðstefnu í Santiago."

„Aha, maður fræðanna," sagði maðurinn, hnyklaði brýnnar og kinkaði kolli. „Ég var aldrei mikið fyrir fræðin. Það var erfitt verk fyrir kennarana að reyna að troða þekkingu í minn haus. Hann hafði sínar eigin hugmyndir, kollurinn sá. Það var einfaldlega ekki pláss fyrir bókvit. Hef alltaf haft meiri áhuga á verki en bókum. Sonur minn, á hinn bóginn, var tölvunarfræðinemi í Mexíkóborg. Góður námsmaður. Snjall krakki. Toppeinkunnir. En ef til vill of snjall fyrir kennarana. Hann setti upp veðmálasíðu og keyrði hana á háskólanetinu. Prófessorarnir höfðu ekki mikinn skilning á slíkri frumkvöðlastarfsemi. Þeir ráku hann úr skólanum. Geturðu ímyndað þér?"

„Mér þykir það leitt að heyra," laug ég og hugsaði með mér að ég hefði svo sannarlega verið á sömu skoðun og mexíkóskir kollegar mínir. Háskólastofnun var ekki rétti staðurinn til þess að stunda vafasöm viðskipti á borð við veðbanka.

„Lífið er of stutt til að leiðast. Það var gott mál að hann var rekinn. Hann var of klár til að eyða tímanum í kennslustundir. Þar að auki gerði málið okkur kleift að gerast viðskiptafélagar. Faðir og sonur."

„Og hvers konar viðskipti stundið þið?" spurði ég og reyndi að ímynda mér hvers konar viðskipti maður með hans klæðaburð gæti mögulega verið viðriðinn. „Veðmálasíðu utan háskólasamfélagsins?"

„Nei," svaraði maðurinn og hló. „Við erum að setja upp fjármálavefsíðu. Með fjármálaráðgjöf. Ráðgjöf um fjárfestingar og tryggingar. Einföld vefsíða. Innihaldsrík en samt hnitmiðuð og í takt við tímann. Það er markaðstækifæri í slíkri síðu í Mexíkó."

Ég kinkaði kolli og setti upp hughreystandi bros, jafnvel þótt lýsing hans hefði ekki hljómað sannfærandi. Um stundarsakir hvarflaði að mér að útskýra fyrir honum að fjármálaheimurinn væri allt annað en einfaldur. Allar rannsóknir bentu til þess að hann væri ekki hægt að skýra út með einfaldri vefsíðu. Ég var hins vegar ákafur í að snúa mér aftur að mínum málum og ákvað að láta málið kyrrt liggja, í þeirri von að hann gerði slíkt hið sama.

„Kólumbía er einstaklega viðkunnanleg," sagði maðurinn og þurrkaði út allar vonir mínar um að samtalinu væri lokið. Hann virtist vera með aðrar hugmyndir, töfraði fram klunnalega vasamyndavél úr einum vasa íþróttagallans og færði sig um eitt sæti í áttina til mín.

„Þetta er aðaltorgið í Chiquinquirá," hélt hann sögu sinni áfram, sneri myndavélarskjánum í áttina til mín og fletti í gegnum myndirnar. „Og þetta er köttur sem ég sá í hliðargötu."

Ég gat ekki séð mikið af myndunum þar sem myndavélin var ekki alveg af nýjustu gerð og skjárinn var agnarsmár. Ég gat einungis gert mér í hugarlund að ég væri ekki að missa af sérlega miklu.

„Þetta er undirritaður í sínum fínustu jakkafötum," bætti hann við og rétti mér myndavélina—að öllum líkindum til þess að ég gæti skoðað myndina betur og sannreynt ótrúlega staðhæfingu hans um klæðaburð, „áður en þeim var stolið."

Myndin var tekin á torgi þar sem maðurinn hafði stillt sér upp fyrir framan gosbrunn. Hann var í bláum jakkafötum og sannarlega hvítri skyrtu. Líkt og íþróttagallinn þá voru jakkafötin snjáð og aðeins of stór fyrir grannan líkamann. Í annarri hendi hélt hann á íþróttatösku úr gervileðri með gull-lituðu Adidas-merki. Aftan við hnakka mannsins mátti sjá gítarháls teygja sig út í loftið.

„Hvernig var fötunum þínum stolið?" spurði ég og rétti honum myndavélina til baka. Eftir að hafa séð manninn í fötum sem gátu vel talist í áttina að vera prýðilegur klæðnaður, þá fannst mér eins og ég gæti næstum þekkt mig í honum. Ef til vill var hann kaupsýslumaður eftir allt saman, jafnvel þótt hann væri ekki af þeim kalíber sem ég var vanur að umgangast.

„Ég var í sturtu á gistiheimilinu einn morguninn þegar þeir stálu jakkafötunum," útskýrði kaupsýslumaðurinn og setti myndavélina aftur í vasann. „Sem betur fer tek ég alltaf vegabréfið, veskið og önnur verðmæti og nauðsynjar með mér í sturtuklefann."

„Það hlýtur að hafa verið afar óheppilegt að jakkafötunum var stolið," sagði ég hughreystandi. Satt best að segja þá vorkenndi ég manninum sannarlega fyrir að þurfa að skipta yfir í þennan subbulega íþróttagalla.

„Nei, nei. Þetta voru ekkert sérstaklega fín jakkaföt. Ekki það að ég þarfnist fínna fata. Eða fataúrvals, ef út í það er farið. Ég vil ferðast létt. Ég hóf ferðalag mitt með tösku og gítar en þetta er allur farangurinn í lok ferðarinnar." Kaupsýslumaðurinn lyfti upp hvítum, krumpuðum plastpoka sem leit út fyrir að vera næstum tómur.

„Stálu þeir einnig gítarnum?"

„Nei," svaraði kaupsýslumaðurinn brosandi. „Örlög gítarsins... það er allt önnur saga."

Eins og ég hafði vonað fyrir nokkrum mínútum að maðurinn héldi kjafti, þá gat ég ekki neitað því að núna var ég orðinn eilítið forvitinn að vita hvað hefði komið fyrir gítarinn og vonaði að kaupsýslumaðurinn héldi máli sínu áfram. Og það gerði hann.

„Ég var á gangi eftir aðalgötunni í þorpi nálægt Chiquinquirá þegar útigangsmaður gekk upp að mér og sagði: *Señor, má bjóða þér upp á besta matinn sem þorpið hefur upp á að bjóða. Señor, komdu með mér til þess að fá besta matinn sem hægt er að fá á þessum slóðum.* Ég fylgdi honum yfir götuna og inn á lítinn fjölskylduveitingastað, settist niður og pantaði mér *bandeja paisa.* Geturðu ímyndað þér? Mig, með stærðarinnar *bandeja paisa?* En alltént... útigangsmaðurinn settist niður við annað borð og þjónninn færði honum bjórglas. Ég áleit að þetta væri viðskiptasáttmáli. Maðurinn tældi viðskiptavini inn af götunni og fékk bjórglas að launum. Ég geri ráð fyrir að þetta sé fyrirkomulag sem þið fræðimennirnir kallið arðbæran hvata, eða eitthvað í þá áttina."

„Það gæti verið," staðfesti ég, frekar hissa yfir þekkingu hans á hugtökum hagfræðinnar, þótt ég hefði sjálfur ekki notað svo háfleygt orðtak yfir jafn ómerkileg viðskipti.

„Þar sem ég beið eftir málsverði mínum greip ég í gítarinn og spilaði lag sem faðir minn kenndi mér þegar ég var ungur. En þegar maturinn kom á borðið þá lagði ég gítarinn frá mér. Útigangsmaðurinn leit upp frá bjórnum sínum og klappaði. *Þú syngur afar vel, señor.* Ég þakkaði honum fyrir hólið og bauðst til að lána honum gítarinn á meðan ég gerði matnum skil. Útigangsmaðurinn teygði sig eftir gítarnum, lokaði

17

augunum og byrjaði að spila. Hann söng um lífið og hann söng um sorgina. Rödd hans var undurblíð og hljómurinn afar fallegur. Ég snæddi málsverðinn af mikilli ánægju. Útigangsmaðurinn hafði haft rétt fyrir sér, þetta var tvímælalaust besta veislan sem boðið var upp á í bænum. Góður matur í bland við hágæða tónlistarskemmtun.

„Eftir matinn færði þjónninn mér kaffi og útigangsmaðurinn gerði sig líklegan til að skila gítarnum. *Eigð'ann,* sagði ég, en hann maldaði í móinn, sagði þetta vera minn gítar og hann væri ekki betlari. *En spilaðu meira,* hvatti ég hann áfram, *spilaðu á meðan ég drekk kaffið mitt.* Útigangsmaðurinn lokaði augunum á ný og hélt áfram þar sem frá var horfið við að syngja þá tregafyllstu söngva sem ég hef nokkru sinni heyrt. Á meðan skellti ég í mig kaffinu, setti pening á borðið til þess að gera upp máltíðina og stóð upp eins hljóðlega og ég gat. Ég læddist síðan út af veitingastaðnum og skildi gítarinn eftir í höndum útigangsmannsins.“

„Gafstu gítarinn frá þér?“ skrækti ég, virkilega hissa yfir því hvað hann gat verið kærulaus um eigur sínar. Fyrst jakkafötin og svo gítarinn.

„Svo sannarlega. Útigangsmaðurinn átti gítarinn miklu betur skilið en ég. Hann hafði miklu meiri sorgir að syngja um.“

„Flug AV44 til Mexíkóborgar er nú tilbúið til brottfarar," glumdi í hátalarakerfinu og fólk myndaði biðröð til þess að komast um borð.

„Það er nú það," sagði maðurinn og stóð upp. „Viðskiptum mínum við Kólumbíu er lokið að sinni. Það er kominn tími til að halda aftur heim á leið."

Við kvöddumst og kaupsýslumaðurinn gekk í hægðum sínum í of stórum íþróttagallanum, með úr sér genginn plastpokann í annarri hendi, í átt að hliði númer fimmtán og hvarf inn í mannhafið. Hvarf innan um fólkið sem hafði raðað sér upp til að komast í flugið til Mexíkóborgar.

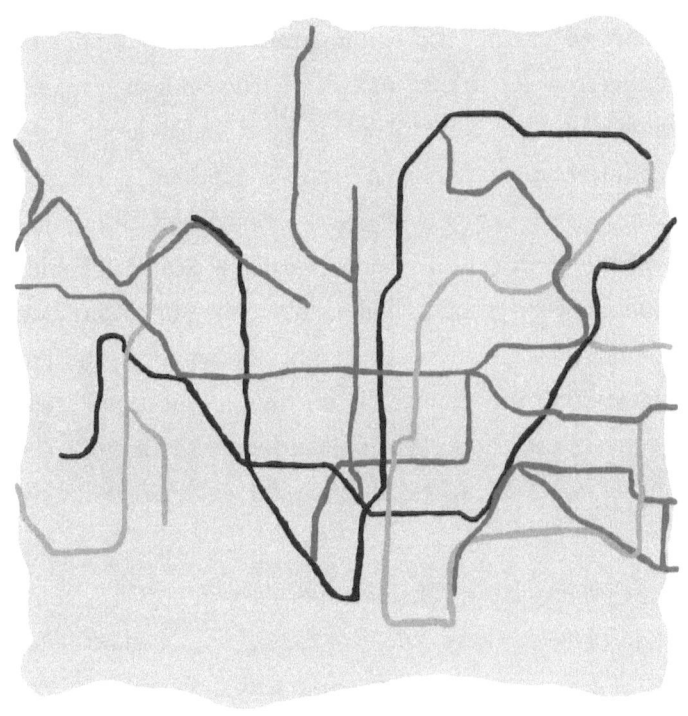

ÓKLÁRAÐAR SÖGUR

Filipus gekk niður tröppurnar og inn á miðeyju Glòries-lestarstöðvarinnar. Þetta var snemma kvölds og brautarpallurinn var ekki þéttsetinn. Það var því auðvelt fyrir hann að færa sig yfir á fjærenda pallsins, sem hann einhverra hluta vegna kaus ávallt umfram nærendann. Hann hafði ekki hugmynd um það hvers vegna hann kaus þetta fyrirkomulag. Það var ekki eins og hann hefði ákveðið þetta hátterni eftir vel ígrundaða röksemdafærslu. Hann var einfaldlega

21

vanur að ganga eftir endilöngum brautarpallinum án einhverrar sérstakrar ástæðu. Hugsanlega var það vegna þess að allt frá unga aldri hafði hann þurft að hugsa um stöðu sína gagnvart fólkinu í kringum hann. Hver var hans staða á móðurlausu heimilinu í sveitinni í Cornwall? Hver var hans staða á heimili móðurfjölskyldunnar í Valencia?—þar sem móðirin var raunar mestmegnis fjarverandi. Hugsanlega var það þess vegna sem hann kaus að taka sér ákveðna stöðu gagnvart öðru fólki sem beið á brautarpallinum. Það var í hans eðli að taka sér stöðu gagnvart fólkinu í kringum hann.

Filipus strauk burt svitaperlur sem sprottið höfðu fram á enni hans við að ganga inn í óloftkælda lestarstöðina. Lestarnar í Barselóna voru oftast vel kældar á sumrin en brautarpallarnir þeim mun heitari. Filipus nældi sér í bók úr bakpokanum og leit á upplýsingaskiltið. Næsta lest var væntanleg eftir fjörutíu sekúndur. Það tæki því ekki að opna bókina á meðan hann beið. Biðin yrði of stutt til þess að taka upp þráðinn við sögupersónurnar áður en hann þyrfti að gera hlé á lestrinum til þess að stíga upp í lestina.

„Vissir þú að kvenkyns mörgæsir skilja eggin eftir í vörslu karldýranna á meðan þær leita sér sjálfar ætis?“ spurði hávaxin, dökkhærð kona sem stóð við hlið Filipusar. Hún geislaði af viðskiptaframa, klædd í netta dragt og með nýmóðins skjalatösku slengda yfir öxlina.

„Hvernig veistu það?" spurði lágvaxin, ljóshærð kona á móti. Hún var með pinna í augabrúnunum, klædd í gallabuxur og stuttermabol með snjáðan bakpoka á bakinu. Húðflúraður snákur gægðist upp um hálsmálið og leit út fyrir að vera að klifra upp hnakkann að aftanverðu.

„Sá það í heimildarmynd," hélt hávaxna konan fram og leit á glansandi armbandsúrið sitt sem leit út fyrir að hafa kostað skildinginn.

„En það nær ekki nokkurri átt. Væri ekki miklu einfaldara að senda bara gaurinn til að leita að æti Suðurheimskautsheimsending. Eða eitthvað?"

„Nei, það er gamaldags. Við erum að tala um sjálfstæðisyfirlýsingu. Stelpustyrkur."

Konurnar tvær gátu varla verið ólíkari hvor annarri og Filipus velti því fyrir sér hvert samband þeirra væri. Ef hann tæki mið af stund og stað, þá hefði hann giskað á að þær væru samstarfsfélagar, en miðað við það hversu ólíkur útgangurinn var þá gæti hann ímyndað sér að þær væru vinkonur—eða elskhugar.

Filipus náði ekki að fylgja eftir samtali kvennanna í gegnum hávaðann frá lestinni, sem sniglaðist út úr undirgöngunum og meðfram brautarpallinum, sendandi ískurshljóð út í tómið þar sem bremsurnar gripu um hjólin.

★ ★ ★ ★ ★

Filipus hallaði sér upp að hurð neðanjarðarlestar-innar og opnaði bókina. Ferðafélagi hans þessa dagana var smásagnasafn eftir W. Somerset Maugham—bók sem hann hafði rekist á fyrir nokkrum dögum í versl-un sem sérhæfði sig í notuðum, enskum bókum. Þegar lestin tók af stað, stakk hann sér á bólakaf í söguna sem hann hafði verið að lesa á leiðinni í vinnuna.

... Á þilfarinu gekk frú Hamlyn fram á Pryce ...

Hver var aftur frú Hamlyn? Og Pryce? Hvað voru þau að gera um borð í skipinu? Filipus gat ekki með nokkru móti munað það. Ferðalag hans til og frá vinnu var ekki langt, og þar að auki brotið upp í enn styttri þætti við það að þurfa að rölta á milli lestarpalla til að skipta úr einni lest í aðra. Ferðalagið einkenndist því oft af ókláruðum sögum og það tók hann jafnan talsverðan tíma að taka upp þráðinn þar sem frá var horfið frá síðasta ferðalagi. Hann fletti nokkrar síður til baka og leit yfir textann til þess að endurnýja kynni sín af frú Hamlyn og Pryce. Smám saman rifjuðust leikendur, gerendur, stund og staður upp fyrir Filipusi og hann gat haldið lestrinum áfram.

Hann hafði varla lokið við fyrstu málsgreinina áður en einbeitingin hvarf út í veður og vind við að sími tók að hringja. Filipus sperrti eyrun, eins og hundur sem heyrir þrusk úr fjarlægð. Þetta var ekki hans sími og hann reyndi að beina athyglinni aftur að sögunni. Síminn hélt hins vegar áfram að hljóma. Filipus gat ekki með nokkru móti einbeitt sér að lestrinum og leit upp.

Í sætaröðinni, ská á móti þeim stað þar sem hann stóð, sat ung kona sem hélt á síma í annarri hönd og starði á skjáinn. Síminn hringdi. Konan starði. „Hættu að hringja!" mátti lesa hátt og snjallt úr andliti hennar. Hún virtist lömuð af hræðslu—stjörf af ótta við að svara hringingunni. Hún bara sat og starði á meðan síminn hringdi. Hvers vegna svaraði hún ekki? Var hún að fela sig fyrir einhverjum? Eiginmanninum? Móðurinni? Yfirmanninum? Yfirvöldunum?

Seint og um síðir hætti síminn að hringja og kyrrð færðist á ný yfir vagninn. Unga konan lagði símann frá sér í skaut sér, lokaði augunum, hallaði sér aftur á bak og lét höfuðið hvíla á glugganum. Hún andaði djúpt. Henni var létt. Filipus andaði djúpt. Honum var létt, og hann sneri athyglinni aftur að W. Somerset Maugham, frú Hamlyn og Pryce.

„Henni er illa við hunda!" sagði hvorki frú Hamlyn né Pryce þar sem þau mættust á þilfarinu, heldur ungur maður sem hafði stigið inn í lestina á Arc de Triomf stöðinni.

„Virkilega?" spurði félagi unga mannsins. „Hvernig veistu?"

„Ég spurði hana. Bara svona blákalt."

„Frábærar fréttir, maður! Þú heldur að það sé þá framtíð í þessu?"

„Veit ekki. Of snemmt að segja. En það er von. Ég meina, með hundaspursmálið afgreitt og allt það."

Mennirnir tveir færðu sig yfir í sæti sem höfðu losnað og Filipus sneri sér enn og aftur að frú Hamlyn og Pryce. Loksins gat hann mjakast áfram í sögunni án þessa að verða fyrir truflun.

★ ★ ★ ★ ★

Þegar lestin rann inn á Uniquinanona-lestarstöðina, pakkaði Filipus W. Somerset Maugham niður í bakpokann og steig út á brautarpallinn. Hann skildi við ferðafélaga sína og þeirra ókláruðu sögur. Það var kominn tími til að skipta um sögusvið og halda í átt að næsta brautarpalli. Í átt til nýrra ferðafélaga með þeirra ókláruðu sögur. Hann með sínar ókláruðu sögur.

Leikur

Ég settist við borð með góðu útsýni yfir stóra sjónvarpsskjáinn þar sem leikurinn yrði sýndur. Ég hafði marga valkosti varðandi sæti þar sem veitingastaðurinn var tómur. Ég leit á úrið. Klukkan var ekki nema átta og ég þyrfti að bíða í fjörutíu og fimm mínútur eftir því að leikurinn hæfist.

Ég teygði mig í matseðil og fletti í gegnum hann. Ég var þegar búinn að ákveða hvað ég vildi fá mér—það sama og venjulega. Ég var bara að drepa tímann með því að skoða hvað staðurinn hefði upp á að bjóða. Ég hefði betur tekið með mér útprentun af greininni sem ég var að vinna í þessa dagana. Ég hefði getað notað biðtímann til þess að lesa yfir hluta hennar. Það hefði komið sér vel—skilafresturinn nálgaðist óðfluga og það var ekki mikill tími til stefnu.

„Shawarma og bjór, takk," tilkynnti ég þjóninum sem kom yfir að borðinu til þess að skrifa pöntunina mína niður, um leið og ég lagði frá mér matseðilinn.

★ ★ ★ ★ ★

Kaldur andvari leið um veitingastaðinn þegar útidyrnar opnuðust út í óvenju kalt febrúarkvöldið. Ég leit upp og horfði á kvenmanninn sem gekk inn. Hún var klædd í síða, svarta kápu. Bláar gallabuxur, með trosnuðum faldi, gægðust undan kápunni og náðu niður að brúnum gönguskóm. Hún var með fjólubláa húfu á höfðinu, brúnan trefil vafinn um hálsinn og fjólubláir vettlingarnir voru í stíl við húfuna. Hún var greinilega að koma frá þvottahúsinu, því hún hélt á stærðarinnar plastpoka í hvorri hönd og báðir virtust troðnir af fötum.

Konan lagði pokana frá sér, tók af sér vettlingana og setti þá í kápuvasana. Hún leit yfir veitingasalinn á meðan hún hneppti frá sér kápunni og losaði um trefilinn, svo að þykk brún peysa kom í ljós undan yfirhöfninni. Konan tók af sér húfuna og losaði sítt, svart hárið undan kápukraganum. Hún mætti augnaráði mínu, brosti, tók upp pokana og gekk yfir að borðinu.

„Er þetta sæti laust?" spurði hún á ensku, með norður-amerískum hreim, og benti á stólinn andspænis mínum.

„Já," svaraði ég hikandi og velti því fyrir mér hvers vegna konan kysi að sitja við borðið mitt þegar það var úr nóg af öðrum auðum sætum að velja.

„Gott mál," sagði hún brosandi. „Ég vil ekki spreða í heilt borð fyrir mig eina."

„Það hljómar skynsamlega," svaraði ég, þótt ég væri ekki fullkomlega sannfærður um röksemdafærsluna. „Það er við hæfi að nýta plássið vel, sérstaklega þegar meistaradeildarleikur er í vændum."

Þjónninn kom að borðinu með bjórinn minn og konan bað um flösku af vatni.

„Svo þú ert hérna til þess að hofa á leikinn?" spurði hún þegar þjónninn hafði tekið við pöntuninni.

„Já," svaraði ég og leit ósjálfrátt á úrið mitt.

„Ert frekar snemma í því, er það ekki?"

„Jú," svaraði ég og brosti vandræðalega. „Ég geri alltaf sömu mistökin. Hef áhyggjur af því að finna ekki nægilega gott sæti, flýti mér á veitingastaðinn og mæti alltof snemma."

„Svo þú ert dyggur fótboltaaðdáandi?"

29

„Tæplega. Ég horfi nú ekki mikið á boltann. Bara stóru leikina. Á móti Madríd, og svo Meistaradeildina. En þú? Eldheitur Barça-stuðningsmaður?"

„Get ekki sagt það. Er mest fyrir stemminguna. Fíla blóðheitt andrúmsloftið þegar hópur fólks kemur saman til að horfa á spennandi fótboltaleik. Þessa dagana hafa heitir staðir mikið aðdráttarafl fyrir mig."

Þjónninn kom aftur að borðinu með vatnsflöskuna hennar og shawarma-réttinn minn.

„Skál!" sagði konan eftir að hún hafði hellt vatni í glas. „Hvað heitirðu?"

„Skál!" svaraði ég og lyfti bjórglasinu. „Borgar."

„Ha?"

„Borgar. B-O-R-G-A-R."

„Burger?"

„Nokkurn veginn. Þú getur kallaði mig Bob."

„Gaman að hitta þig... Bob. Ég er Alice. Hvaðan ertu?"

„Frá Íslandi."

„Æði! Ég elska Ísland. Þannig séð. Mig langar tvímælalaust að fara þangað einhvern tímann. Vinkona mín fór þangað fyrir nokkrum árum og sýndi mér milljón myndir þegar hún kom til baka. Landslagið er klikkað. Svo eyðilegt. Samt svo fallegt. Það er svona eins og á fjarlægri plánetu. Einhvern tímann heyrði ég að NASA undirbyggi fólk fyrir Mars-leiðangra sína á Íslandi. Er það satt?"

„Já, það er satt," svaraði ég, án þess að vita nákvæmlega hvort staðhæfingin væri sönn, hún gaf mér hins vegar færi á að segja uppáhaldsbrandarann minn. „Mér skilst að forsendan sé sú að ef þeim tekst að finna gáfuð lífsform á Íslandi, þá gætu þau ályktað sem svo að það sama væri uppi á teningnum á Mars."

„Einmitt!" sagði konan og brosti. Brandarinn hafði líklega lukkast, að einhverju leyti. „Hvað sem gáfuðum lífsformum líður, þá finnst mér landið hljóma eins og æðislegur og einstakur staður."

„Jú, svo sem. Það er frábær staður fyrir ferðamenn. Allt öðruvísi en það sem fyrirfinnst hér í Evrópu."

„En Ísland er í Evrópu, er það ekki?"

„Já og nei. Landfræðilega er það mitt á milli Evrópu og Norður-Ameríku, þar sem það liggur á Atlantshafshryggnum. Hvað viðkemur erfðafræði erum við mestmegnis Norðmenn, með smá blöndu af keltnesku erfðaefni. Í sögulegu samhengi tengjumst við Evrópu í gegnum skandinavísku konungsveldin. Menningarlega erum við blanda af Evrópu og Norður-Ameríku. Það eru mikil áhrif frá Bandaríkjunum í lífsstílnum."

„Nú? Hvers vegna?"

„Ég veit ekki. Ef til vill vegna þess að þegar Evrópa upplifði sína gullöld, þá voru Íslendingar ekkert nema fátækir bændur í hrörlegum torfkofum. Gullöld okkar hófst eiginlega ekki fyrr en með Marshall-aðstoðinni eftir seinni heimsstyrjöldina. Við risum úr fátækt til ríkidæmis undir verndarvæng Bandaríkjanna. Ísland var vel staðsett í kalda stríðinu. Bandaríkin voru með herstöð þar og dældu peningum inn í hagkerfið. Ég geri ráð fyrir að þess vegna séu mikil menningaráhrif þaðan."

„Ég er ekki frá því að þetta sé í fyrsta sinn sem ég heyri Evrópubúa tala um Bandaríkin og menningu í sömu setningunni. Eða hvað kallarðu þig annars? Evrópubúa eða Ameríkana?"

„Hvorugt, eiginlega. Ætli ég telji mig ekki fyrst og fremst Íslending. Eða öllu heldur, þá tel ég mig bara vera ég sjálfur."

„Ég skil. Hvað varð til að þú settist að í Barselóna? Varstu að flýja norður-amerískan lífsstíl? Reyna að finna evrópskar rætur?"

„Nei, ekki beint. Ég kom hingað vegna vinnu. Ég vinn fyrir norður-amerískt alþjóðafyrirtæki sem er með evrópsku rannsóknarskrifstofu sína hér í borg. Ég er hagfræðingur. Fæst mestmegnis við leikjafræði."

„Leikjafræði? Eins og fótbolta?"

„Nei, ekki alveg. Ég lít á leikjafræði sem grundvöll þess að rannsaka ákvarðanatöku. Hún er notuð til þess að búa til líkön af ágreiningi og samvinnu milli skynsamra gerenda. Eins og þeir væru að spila spil. En þú? Hvað varð til þess að þú ferðaðist yfir Atlantshafið?

Af hreimnum að dæma geri ég ráð fyrir að þú sért Ameríkani."

„Já og nei. Ég gæti í sjálfu sér kallað mig Ameríkana. Ég er upprunalega frá Kanada en ævintýraþráin tældi mig snemma að heiman og flutti mig út um allan heim. Í samanburði við þína leikjafræði er líf mitt eins konar barnaleikur. Engin gráða. Heldur alþýðleg störf. Barir, veitingastaðir og svoleiðis."

„Að hafa ferðast út um allan heim hljómar ekki svo slæmt, hvar þá?"

„Hér og þar. Ég hef búið í Bandaríkjunum, Argentínu, Ástralíu, London, París, Prag, Mónakó og núna í Barselóna."

„Þetta er svo sannarlega áhugaverður listi! Og vinnur þú núna á bar eða veitingastað í Barselóna?"

„Nei, ekki eins og er. Ég er á milli starfa, eins og sagt er. Það er að segja, ég er atvinnulaus."

„Og hvernig metur þú möguleika Barça í kvöld?" spurði íþróttafréttamaðurinn gest kvöldsins þegar þjónninn hækkaði í sjónvarpstækinu, um leið og upphitunin fyrir leikinn byrjaði. „Þeir hafa ekki verið að spila sinn besta leik upp á síðkastið."

Við létum hávaðann í sjónvarpinu trufla samræður okkar og fylgdumst þess í stað með útsendingunni. Smám saman hafði fólk byrjað að streyma inn á veitingastaðinn til þess að horfa á leikinn. Alice fékk blóðheita andrúmsloftið sem hún sóttist eftir.

Á meðan á leiknum stóð, og í hálfleik, töluðum við um leikinn og fótbolta almennt. Ég pantaði mér nokkra bjóra til viðbótar en Alice hélt sér við vatnið.

★ ★ ★ ★ ★

Dómarinn blés leikinn af og mannfjöldinn klappaði. Barça hafði unnið og var í góðri stöðu til þess að komast áfram í næstu umferð keppninnar. Þjónninn setti reikninginn á borðið og ég tók fram kortið til þess að borga. Alice nældi í nokkra smápeninga í vasann og byrjaði að telja.

„Leyfðu mér," sagði ég. „Þetta voru bara tvær vatnsflöskur. Ég tek þetta."

Við klæddum okkur hvort í sína kápu og frakka, á meðan þjónninn fór og náði í greiðsluvélina til að taka við kortinu mínu.

„Býrðu hér í nágrenninu?" spurði ég. „Við gætum gengið saman ef við erum að fara í sömu átt."

Ég hafði notið samverunnar með Alice á meðan á leiknum stóð og vildi framlengja hana um nokkrar mínútur, þótt ég hefði ekki mikinn tíma aflögu þessa dagana vegna greinarinnar. Það væri gaman að ganga saman, skiptast á símanúmerum og hittast einhvern tímann aftur þegar betur stæði á.

„Nei, ég get ekki sagt að ég búi í nágrenninu," svaraði Alice og leit út um gluggann. „Síðustu nótt svaf ég í anddyri bankans hinum megin götunnar. Þessa stundina er ég heimilislaus."

Ég leit á Alice. Ég leit á pokana hennar. Ef til vill hafði hún ekki verið á leiðinni frá þvottahúsinu eftir allt saman. Ég leit út um gluggann og yfir að bankanum hinum megin götunnar.

„Viltu gjöra svo vel að slá inn pinnið, takk?" spurði þjónninn þegar hann hafði snúið til baka með greiðsluvélina.

Ég sló inn kóðann og beið eftir kvittuninni áður en ég sneri athyglinni aftur að Alice.

„Get ég beðið þig um greiða?" spurði Alice á meðan ég gekk frá kortinu mínu í veskið.

„Já, ætli það ekki," sagði ég, ennþá talsvert sleginn yfir því sem ég hafði heyrt.

„Má ég gista á sófanum þínum í nótt?"

Gista á sófanum mínum í nótt? Ég hikaði. Fyrir nokkrum augnablikum var hún áhugaverð kona sem ég vildi gjarnan kynnast betur. Fyrir nokkrum augnablikum hefði ég ekki hugsað mig tvisvar um áður en ég byði henni heim. Núna, þá var eitthvað sem hélt aftur af mér. Mér leið vandræðalega yfir því að bjóða ókunnugum heimilisleysingja að gista í stofunni.

„Bara í eina nótt," bað Alice. „Mig langar bara að eyða einni nótt fjarri kuldanum. Mig langar að sofa á öruggum stað. Burt frá hættum götunnar."

Ég fann svita spretta fram í lófana og kinnarnar brenna, þar sem blóð tók að streyma í auknum mæli upp til höfuðsins. Ég var einstaklega ólaginn við að taka skyndiákvarðanir. Ég örvænti alltaf. En nú þurfti ég að róa mig. Ég þurfti að hugsa skýrt. Rökræða. Ég þurfti að setja ástandið í samhengi sem ég þekkti vel. Ég þurfti að líta á það frá leikjafræðilegu sjónarhorni. Ég gæti sett þetta upp sem tveggja manna spil, þar sem ég átti næsta leik. Ég gæti annaðhvort svarað henni *játandi* eða *neitandi*. Þá væri komið að henni að sýna á spilin. Þar voru tvær útkomur mögulegar. Hún gæti verið *heiðarleg* eða *óheiðarleg*. Þess vegna, þegar allt kom til alls, voru fjórar niðurstöður mögulegar. Ef ég segði *já* og hún væri *óheiðarleg*, þá myndi ég tapa. Ef ég segði *nei* og hún væri *heiðarleg*, þá myndi hún tapa. Ef ég segði *já* og hún væri *heiðarleg*, myndum við bæði vinna. Ef ég segði *nei* og hún væri *óheiðarleg*, þá myndi ég vinna. Ég átti leikinn. Í leikjafræðilegum skilningi var nokkuð ljóst hvað ég ætti að velja. Ég var ekki áhættusækinn einstaklingur, og til þess að tryggja að ég tapaði ekki, þá var hyggilegast fyrir mig að segja *nei*.

„Jú, ætli það ekki," svaraði ég og kom sjálfum mér á óvart. Hyggjuvitið hafði yfirhöndina gagnvart rökhugsuninni. Ég hagaði mér ekki eins og skynsömu gerendurnir sem ég skrifaði um í vísindagreinunum mínum.

„Takk!" hrópaði Alice og faðmaði mig. „Ég met það mjög mikils."

Hún tók upp pokana sína og við héldum í átt að útidyrunum. Ég hélt dyrunum opnum og við yfirgáfum veitingastaðinn.

„Ég elska kvöldin í Barselóna," sagði Alice er við komum út á götu. „Og sérstaklega í Gràcia. Það er alltaf svo margt fólk á götum úti en samt er andrúmsloftið rólegt. Þetta er einhvers konar náttúrulegt flæði. Að einhverju leyti eins og íslenska landslagið—geri ég ráð fyrir—svo örvandi vegna þess hversu framandi það er en á sama tíma svo róandi vegna kyrrðarinnar."

„Já," svaraði ég, án þess að veita því athygli sem hún var að segja. Hafði ég gert axarskaft með því að fylgja hyggjuvitinu í stað leikjafræðilegrar röksemdafærslu? Alice leit hins vegar út fyrir að vera góð stelpa, og ef ég liti á ástandið út frá líkindafræðilegu sjónarhorni var ekki ástæða til þess að hafa áhyggjur. Að öllum líkindum væri hún heiðarleg og ég þyrfti ekki að hræðast neitt.

„Er það þess vegna sem þér líkar við Gràcia-hverfið?" spurði Alice þar sem við gengum eftir Carrer de Verdi. „Að þar sé eitthvað svo náttúrulegt flæði, eins og í landslaginu á Íslandi?"

„Ég geri ráð fyrir því," svaraði ég og hugsaði með mér hvort það væri heimskulegt að líta á

ástandið frá líkindafræðilegu sjónarhorni. Gat ég
raunverulega haldið því fram að hún væri að öllum
líkindum heiðarleg? Ég ætti að taka eitthvað af
líkindamassanum frá fyrir þann möguleika að hún væri
óheiðarleg. Hvað gerðist þá?

★ ★ ★ ★ ★

„Þá erum við komin." Ég höndlaði lyklana
klaufalega þegar ég opnaði dyrnar inn í íbúðina mína.

Við gengum inn og ég læsti hurðinni á eftir okkur
með hengilás. Ég íhugaði að læsa einnig með lykli—
til vonar og vara til þess að hindra Alice í að flýja
með eigur mínar. Það myndi þó hugsanlega vera
vandræðalegt. Hvernig gæti ég rökstutt þá aðgerð, ef
hún myndi spyrja?

„Hér er svefnherbergið mitt, vinnuherbergið,
baðið," útskýrði ég, þar sem ég leiddi Alice í átt að
stofunni. „Og eldhúsið er innar á ganginum."

„Þetta er virkilega snotur íbúð sem þú átt," sagði
Alice þegar við gengum inn í stofuna. „Þú hlýtur að
vera að þéna smá formúgu með þessum leikjum þínum."

„Þetta verður rúmið þitt í nótt." Ég dró sófasætið
fram og breytti sófanum í svefnsófa. „Ég ætla að ná í
rúmföt."

Ég fór inn í vinnuherbergið og náði í rúmföt í
fataskápinn sem fyllti einn vegginn á móti þéttsetnum
bókahillum. Ég dró andann djúpt. Alice leit út fyrir

að vera saklaus kona. Það var örugglega engin ástæða fyrir mig að hafa áhyggjur af því að hún væri í íbúðinni.

„Góða nótt," sagði ég eftir að hafa undirbúið svefnsófann fyrir Alice.

„Ég vona að þú náir djúpum svefni," svaraði hún brosandi.

Ég svaraði með vandræðalegu brosi og hélt yfir í svefnherbergið mitt.

★ ★ ★ ★ ★

Ég opnaði augun og leit á vekjaraklukkuna. Hún sýndi eitt eftir miðnætti. Ég gat ekki sofið.

„Ég vona að þú náir djúpum svefni," hafði Alice sagt. „Þú hlýtur að vera að þéna smá formúgu með þessum leikjum þínum."

Hvað átti hún við með því? Djúpur svefn? Var hún að vona að ég svæfi svo föstum svefni að hún myndi hafa gott tækifæri til að ræna mig á meðan ég hraut? Var hún með augun á fartölvunni? Myndavélinni? Hljómflutningstækjunum?

Ég andaði djúpt. Það var ekkert til þess að hafa áhyggjur af. Líkindafræðin var á mínu bandi. Að öllum líkindum var Alice heiðarleg. Hún var stödd hér sem gestur minn til þess að geta sofið á öruggum stað. Hún var ekki hérna til þess að skaða mig.

★ ★ ★ ★ ★

Ég opnaði augun og leit á vekjaraklukkuna. Hún sýndi tvö eftir miðnætti. Ég hélt niðri í mér andanum og hlustaði á hljóðin frá stofunni. Þaðan bárust djúp svefnhljóð. Eins og einhver væri í fastasvefni.

„Mig langar að sofa á öruggum stað. Burt frá hættum götunnar," hafði hún sagt þegar hún sannfærði mig um að leyfa henni að koma heim með mér og fá að gista yfir nóttina.

Hvernig gat hún talið sig örugga heima hjá ókunnugum? Hvernig vissi hún að henni stafaði ekki hætta af mér? Ég gæti verið brjálæðingur, ofbeldisseggur og nauðgari. Var hún örugg því hún hafði þriðja aðila á sínu bandi? Einhvern sem hún myndi hleypa inn um svarta nóttina á meðan ég væri í fastasvefni? Eða djúpum svefni, eins og hún orðaði það. Var hún að þykjast sofa? Var hún að bíða eftir því að ég sofnaði? Bíðandi þar til hún hefði íbúðina út af fyrir sig? Bíðandi eftir því að hún fengi sínu framgengt og gæti rænt mig? Ég hefði átt að læsa dyrunum með lykli.

★ ★ ★ ★ ★

Ég opnaði augun og leit á vekjaraklukkuna. Hún sýndi þrjú eftir miðnætti. Ég heyrði umgang á ganginum fyrir utan íbúðina. Ég heyrði hringl í málmi. Ég vafði mig upp í fósturstellingu og faðmaði aukakoddann minn. Hvað hafði ég gert? Hvað var að gerast? Ég var svo mikill fábjáni. Hvers vegna hleypti ég þessari konu inn á heimili mitt. Hvað gat ég gert?

Ég heyrði dyr nágrannans ljúkast upp. Hann var líklega að koma heim eftir langa kvöldvakt. Hættan var liðin hjá um sinn, en hjartað barðist áfram á ógnarhraða í brjósti mér. Hugurinn setti upp skyggnusýningu í höfði mér og renndi í gegnum sömu myndirnar aftur og aftur. Augnablikið þegar Alice gekk inn á veitingastaðinn. Hvernig hún valdi mig sem fórnarlamb sitt. Senuna þar sem við gengum saman um götur Gràcia-hverfis. Hvernig hún glotti sakleysislega þegar hún bauð mér góða nótt.

★ ★ ★ ★ ★

Ég opnaði augun og leit á vekjaraklukkuna. Hún sýndi fjögur eftir miðnætti. Ég heyrði einhvern ræskja sig við fótagaflinn. Það var Alice. Hún stóð þar með hendur fyrir aftan bak og horfði á mig.

„Vakandi?" spurði Alice og glotti. „Átt þú erfitt með svefn því þú þorðir ekki að læsa með lykli? Hver heldurðu að ég sé? Einhver djöfulsins tík sem ætlar að skaða þig á meðan þú sefur?"

Ég blikkaði augunum en gat ekki komið upp orði. Höfuðið á mér var þungt, fastskorðað á milli svefns og vöku.

„Alice!" hrópaði einhver inn af ganginum. „Komum okkur!"

41

Ég fann fyrir hnút í maganum. Mig langaði til að stökkva fram úr rúminu en gat ekki hreyft mig. Það var eins og hendurnar væru bundnar við búkinn og fæturnir hvor við annan.

„Uss," hvíslaði Alice og dró aðra höndina fram og lagði vísifingur á varir sínar. „Liggðu bara rólegur. Ég er að fara."

Hún dró hina höndina fram og beindi skammbyssu að andlitinu á mér.

„*Game over!*" hrópaði hún um leið og hún tók í gikkinn og allt varð svart fyrir augum mér.

★ ★ ★ ★ ★

Ég opnaði augun og leit á vekjaraklukkuna. Hún sýndi tíu að morgni. Ég yrði of seinn í vinnuna í dag—hafði sofið rækilega yfir mig. Ég fór fram úr rúminu og klæddi mig í íþróttabuxur og stuttermabol.

Hálfsofandi staulaðist ég fram á ganginn og inn á baðherbergið. Þar sem ég settist á klósettið rifjuðust atburðir gærkvöldsins upp fyrir mér. Leikurinn. Alice. Byssan. Var hún bara draumur? Var hún enn sofandi? Var hún raunveruleg? Hafði hún yfirgefið íbúðina? Hvað var draumur og hvað var raunveruleiki? Voru mínar eigur á sínum stað?

Ég leit í kringum mig á baðherberginu. Allt virtist eins og það átti að vera. Nei, bíddu. Hárblásarinn.

Hann var horfinn. Alice hafði stolið hárblásaranum mínum.

Ég gekk aftur inn ganginn og leit varlega inn í stofuna. Svefnsófanum hafði verið breytt í sófa á ný. Rúmfötin voru vandlega brotin saman og hárblásarinn lá ofan á þeim. Alice var hvergi sjáanleg.

Ég heyrði skruðning utan úr eldhúsinu. Þvottavélin var að hefja sína síðustu og háværustu vindu. Ég gekk inn í eldhúsið og sá Alice standa við eldavélina, bakandi pönnukökur. Hún hafði skipt um föt frá því kvöldinu áður og var klædd í svartar gallabuxur og rauða peysu.

„Góðan daginn," sagði hún og brosti. „Það er naumast að þú sefur. Ég hélt þú ætlaðir aldrei að vakna."

„Já, nei, góðan daginn," muldraði ég og nuddaði hægri eyrnasnepilinn með þumal og vísifingri. „Ég svaf frekar illa. Fékk undarlega martröð."

„Það var leitt að heyra," sagði hún og setti upp skeifu. „Ég vona að þú hafir ekkert á móti því að ég lánaði sjálfri mér handklæði og fór í sturtu. Ég veitti mér einnig það bessaleyfi að setja í eina vél."

„Nei, það er allt í fínasta lagi."

„Jæja," sagi hún og neri höndunum saman. „Nóg af spjalli. Morgunmaturinn er tilbúinn. Gætir þú farið með þetta inn í stofu?"

Hún rétti mér disk með háum stafla af þykkum amerískum pönnukökum og tvo smærri diska með hnífapörum og servíettum.

"Lungo eða espressó?" spurði hún eins og þjálfaður þjónn. „Mjólk eða sykur?"

„Espressó, takk. Svartan," sagði ég og fór með pönnukökurnar inn í stofu. Í bakgrunninum heyrði ég suðið í Nespresso-vélinni minni sem þrýsti sjóðandi vatninu í gegnum kaffihylkið.

„Er þér sama þótt ég setji þurrkarann af stað á meðan við borðum morgunmat?" spurði hún þegar ég kom aftur inn í eldhúsið og sá að hún var þá þegar að færa fötin sín úr þvottavélinni yfir í þurrkarann.

„Það er allt í lagi," sagði ég og geispaði. Ég var ekki fyllilega búinn að ná mér eftir slitróttan svefninn. „Er eitthvað fleira sem ég get sett á borðið?"

„Það held ég nú!" sagði Alice og rétti mér bakka með kaffifanti, espressóbolla, hlynsýrópi, Nutella, tveimur sultukrukkum og smjöri.

★ ★ ★ ★ ★

Þegar við settumst við borðstofuborðið, hugsaði ég með mér að þvílíkur morgunverður hafði ekki verið borinn fram á þessu heimili í háa herrans tíð. Ég hafði gleymt að þessar kræsingar væri að finna í skápum mínum.

„Pönnukökurnar eru afar gómsætar," sagði ég eftir að hafa smakkað fyrsta bitann.   Það var engin kurteisislygi og ég fann orkuna magnast smám saman upp í líkamanum.

„Það gleður mig að þér skuli líka þær."

„Það er gott að fá sér almennilegan morgunmat öðru hvoru. Að öllu jöfnu læt ég mér nægja að fá mér tvo til þrjá kaffibolla fram að hádegi."

Við sátum þögul um stund og nutum þess að gæða okkur á pönnukökunum og kaffinu.

„Hvernig kom það til að þú endaðir á götunni?" spurði ég þegar tók að létta til í höfði mér eftir að hafa skellt í mig kaffinu.

„Síðasta heimili mitt gufaði upp um leið og starfið," svaraði Alice og beið um stund áður en hún hélt sögunni áfram.   „Ég var aðstoðarkokkur á hamborgarabúllu í Sants. Bjó með aðalkokkinum. Sambandið fuðraði hins vegar upp í ljósum logum. En það var ekki að öllu leyti mér að kenna.   Ég vissi ekki að það myndi kvikna í djúpsteikingarpottinum þegar ég kastaði flöskunni."

„Hvaða flösku?" spurði ég og var ekki viss hvort sagan væri ruglingsleg eða ég bara þreyttur.

„Viskíflaskan sem ég var að taka upp úr sendingu. Ég hafði rétt í því komist að því að Tony, sænski kokkurinn, aðalborgarasteikingarmaðurinn, eigandinn og gaurinn sem ég bjó með, hafði sofið hjá Stórbrjósta-Barbí, þjónustustúlkunni sem var greinilega jafn dugleg að bera fram stóru melónurnar sínar og safaríku hamborgarana. Það var í grundvallaratriðum þannig sem ég endaði á götunni. Ég henti flöskunni. Hamborgarabúlla Tony brann. Hann henti mér út."

„Hvenær gerðist þetta?"

„Fyrir um það bil mánuði."

„Hvað hafðirðu unnið lengi hjá Tony?"

„Hálft ár?"

„Og á undan því?" spurði ég. „Ef þú afsakar yfirheyrsluna."

„Það er allt í lagi," sagði Alice og brosti. „Ég skulda þér næturgreiðann... Þar á undan?... Ég vann á vegan, hráfæðistapasbar. Maturinn var—ótrúlegt en satt—mjög góður en það getur verið erfitt að selja tapas án hráskinku og ostabakka. Staðurinn fór á hausinn... án loga... að mörgu leyti.

„Þar á undan var ég rekin úr hótelmóttökustarfi, fyrir það að gefa einum gestinum móttöku sem var ekki á verðlistanum... ef þú skilur hvað ég á við. Það var nú samt allt löglegt en kannski ekki faglegt."

„Ja, hérna hér. Óheppnin virðist elta þig."

„Ég er ekki viss um að kerfisbundin ógæfa mín geti skrifast á óheppni. Ég held ég hafi þess heldur einstaka hæfileika til þess að klúðra hverju því sem ég tek mér fyrir hendur."

★ ★ ★ ★ ★

Eftir morgunmatinn bárum við diskana aftur inn í eldhúsið og ég vaskaði upp á meðan Alice braut þvottinn sinn saman. Hann gat varla verið fullkomlega þurr eftir tiltölulega stutta veru í þurrkaranum.

„Jæja, þá er best að koma sér af stað,“ sagði hún og tók síðustu pjötluna úr þurrkaranum, braut hana saman og gekk frá henni í pokann. „Ég vil ekki tefja þig í allan dag. Þú þarft að fara í vinnuna.“

„Viltu gista aðra nótt?“ spurði ég og lagði frá mér gaffalinn sem ég hafði verið að þurrka. „Eða að minnsta kosti vera hérna í smá tíma til viðbótar til þess að leyfa þvottinum að þorna almennilega.“

„Það er einstaklega fallegt boð, takk fyrir,“ sagði hún, gekk upp að mér, setti höndina á upphandlegg minn og horfði í augu mér. „Ég hef sett mér þá meginreglu að sofa ekki á sama stað í meira en eina nótt í einu. Ég vil ekki koma mér upp vana. Ekki í því ástandi sem ég er. En takk fyrir gott boð. Ég virði það. Ef til vill seinna. Undir öðrum kringumstæðum. Þegar ég hef náð mér af götunni.“

„Takk fyrir allt,“ sagði hún, hallaði sér fram og kyssti mig á báðar kinnar. „Bless, bless.“

Ég fylgdi henni til dyra. Ég var eitthvað hrifnæmur þessa stundina og ég fékk tár í annað augað þar sem ég horfði á eftir henni ganga fram á stigapallinn með stóran plastpoka í hvorri hönd. Ég þurrkaði tárið í burtu, í þann mund sem hún sneri sér við og brosti til mín, áður en hún hélt af stað niður stigann.

Heildarhugmyndin

Menningarmálaráðherrann lokar augunum og setur sýndarveruleikabúnaðinn á höfuðið. Þegar hann opnar augun aftur er hann staddur á feikistórri ísbreiðu. Vegvísir úr timbri með áletruninni *Norðurpóllinn* hefur verið negldur niður í klakann. Ráðherrann fylgir bendingu vegvísisins eftir með augunum uns þau stöðvast við hvíta veru sem hrærist á ísnum, næstum ósýnileg í hvítum bakgrunninum. Hann notar stýripinna sýndarveruleikabúnaðarins til þess að færa

49

sig nær og sér að um ísbjörn er að ræða—konung Norðurheimskautsins.

Ráðherrann dáist að stóru og sterku dýrinu. Hann er mikið fyrir rándýr. Það er þannig sem hann vill láta líta á sig sem stjórnmálamann. Hann vill að aðrir hræðist hann—og ekki aðeins fyrir þær sakir að mamma hans er áhrifamikil í forystu flokksins.

Hvítabjörninn gengur fram og til baka á jöklinum. Hann tekur fimm skref fram á við, stoppar og sveiflar hægri framloppunni út í loftið, eins og hann sé að reyna að slá ímyndaðan tennisbolta. Hann stynur, snýr sér við og gengur fimm skref til baka, þangað sem hann hafði staðið áður. Hann snýr sér við á ný, tekur fimm skref fram á við, stoppar, sveiflar hægri framloppunni út í loftið, stynur, snýr sér við, tekur fimm skref til baka...

Ráðherrann starir agndofa á ísbjörninn ganga fram og til baka, sí ofan í æ, og endurtaka sömu loppusveiflu og stunu í hvert sinn. Hann fylgir dýrinu eftir með því að hreyfa höfuðið frá vinstri til hægri, til vinstri til hægri, til vinstri til hægri... eins og hann sé að fylgja eftir pendúlhreyfingu dávalds... til vinstri til hægri, til vinstri til hægri, til vinstri... hann finnur augnlokin þyngjast... til vinstri til hægri, til vinstri til hægri...

„Komdu mér í burtu héðan!" öskrar svo ráðherrann allt í einu, um leið og hann snýr höfðinu frá ísbirninum, og leggur hendurnar yfir heyrnartól síndarveruleikabúnaðarins, eins og hann vilji afmá tilvist stynjandi dýrsins.

Menningarmálaráðherrann sýnist hann fljóta upp til himins og fljúga í rólegheitum suður yfir hnöttinn, yfir Evrópu, þvert yfir Sahara-eyðimörkina og er síðan hlammað niður í austurhluta afríska meginlandsins.

Ráðherrann lítur yfir grasslétuna. Sólin skín hátt á himni. Einstaka smátré og runnar eru á víð og dreif um sjóndeildarhringinn. Í fjarska sér hann hóp grasbíta gæða sér á þurrum gróðrinum. Hann rifjar upp grunnskólalandafræðina—eða var það líffræðin— og getur sér til um að þetta sé hjörð gasella. Álengdar kemur hann svo auga á stóran, doppóttan kött sem læðist í áttina að gasellunum. Þennan kött þekkir hann. Hann er ekki í neinum vafa um að þetta sé blettatígur.

Skyndilega stekkur tígurinn fram á við og byrjar að hlaupa, en stoppar síðan jafn skyndilega eftir nokkra metra, eins og hann hafi hlaupið á ósýnilegan vegg. Dýrið sest niður, nagar aðra framloppuna og horfir í átt til gasellanna. Það stendur síðan upp aftur og trítlar léttfætt til baka á upphafsreit þar sem það leggst niður, leggur hökuna á framloppurnar og tár rennur niður aðra kinnina.

Menningarmálaráðherrann tekur af sér síndarveru-leikabúnaðinn og lítur yfir til Yvette, forstöðukonu hug-myndaþróunar hjá Studio Zero. Hún stendur hnarreist í nokkurra metra fjarlægð með krosslagðar hendur og stolt bros á vörum.

„Hvað í andskotanum er þetta?" öskrar ráðherrann og hristir sýndarveruleikabúnaðinn framan í Yvette til að leggja áherslu á orð sín. „Hvað var þetta sem ég sá?"

„Tja, þetta er það sem þú baðst okkur um," svarar Yvette og brosið er horfið af vörum hennar. „Þetta er fyrsta útgáfa af heildarhugmyndinni að sýndarveruleikadýragarði. Eins og þú væntanlega veist, þá stóð í verklýsingunni að við ættum að þróa heildarhugmynd að sýndarveruleikadýragarði þar sem fólk gæti fylgst með dýrum í þeirra náttúrulega umhverfi en á sama tíma væri blandað inn í upplifunina helstu þáttum úr menningararfi okkar sem tengjast dýragörðum í borgum og bæjum."

„Ég veit fullkomlega vel hvað ég bað um," urrar ráðherrann í gegnum samanbitnar tennurnar. „Þetta er *ekki* það sem ég bað um."

Ráðherrann veit nákvæmlega hvað hann bað um. Hann skrifaði sjálfur fyrsta uppdrátt að verklýsingunni, þótt móðir hans hefði átt hugmyndina og hann fengið yngri starfsmenn ráðuneytisins til þess að útfæra hana og bæta öllu tæknidótinu inn í.

„Getur þú útskýrt það nánar?" spyr Yvette.

„Til dæmis, af hverju hegða dýrin sér svona undarlega? Ekki man ég eftir að hafa beðið um það. Og það er vegna þess að ég bað ekki um það.“

„Ég skil,“ segir Yvette og kinkar kolli brosandi, líkt og þolinmóður grunnskólakennari. „Hvernig væri ef við tækjum eitt skref til baka. Leyfðu mér að útskýra aðferðafræði okkar til hlítar. Eins og þú sást þá höfum við fylgt verklýsingunni bókstaflega. Náttúrulegt umhverfi dýranna er upphafspunktur og bakgrunnur í hönnuninni. Þegar það kom að menningararfi dýragarða þá vantaði öll smáatriði í verklýsinguna og við þurftum að velja þau atriði sem okkur fannst hvað mest einkennandi. Annars vegar völdum við aflokuð rými og hins vegar andlega streitu. Þegar öllu er blandað saman þá er útkoman sú að dýrin koma fyrir í sínu náttúrulega umhverfi en hreyfigeta þeirra er takmörkuð af ósýnilegum búrum. Öll dýrin eru stressuð, taugaveikluð, og í fullri hreinskilni þjást þau að meira eða minna leyti af vitglöpum—líkt og gengur og gerist í okkar hefðbundnu dýragörðum í borgum og bæjum um allan heim.“

„Hvers vegna í ósköpunum myndi einhvern langa að sjá sýndarveruleika geðbilaðra dýra?“ hrópar ráðherrann og undirstrikar orð sín með *mano a borsa* handahreyfingu, sem hann hefur vafalítið lært af kvikmyndunum um *Guðfaðirinn*, en er gersamlega úr takt við hans eigin persónuleika.

„Okkar útgangspunktur er að fólk myndi gera það af sömu ástæðu og það fer að sjá alvöru geðbiluð dýr í alvöru dýragörðum," svarar Yvette yfirveguð og setur hendur á mjaðmir.

„En af hverju vitglöp?" spyr ráðherrann í hátíðnitón, eins og hann sé að bresta í grát.

„Sko, í verklýsingunni vorum við beðin um að viðhalda menningararfi okkar frá áralangri tilvist dýragarða í mannabyggðum," svarar Yvette viss í sinni sök. „Eftir viðamikla heimildarvinnu og umræðu milli hönnuða okkar og mannfræðinga höfum við komist að þeirri niðurstöðu að þetta sé best gert með aflokuðum rýmum og geðsjúkdómum."

„Nei, nei, nei," öskrar ráðherrann. „Það er ekki satt! Það er ekki það sem ég var að leitast eftir. Ég vildi... Ég vildi sjá börn klappa dýrum... Hamingjusöm dýr... Vinalega ljónatemjara... Könnuði... *Það* er menningararfur okkar... Aflokuð rými og geðsjúkdómar... *Það* er ekki menning! Það er viðbjóður. Það er bara..."

Menningarmálaráðherrann klárar ekki setninguna heldur hendir sýndarveruleikabúnaðinum í gólfið og strunsar út úr herberginu, skellandi hurðum á eftir sér.

Kærleikskeðjan

Ég opnaði augun og rétti úr sætisbakinu, breytti því úr svefnstöðu í þægilega afslöppunarstöðu. Fyrir utan gluggann reis sólin hægt og rólega upp fyrir sjóndeildarhringinn og málaði fölbleikt lag yfir ljósbláan bakgrunninn. Við ókum eftir hraðbraut, fram hjá blöndu af lágreistum og meðalháum byggingum— akandi inn í Buenos Aires, eftir því sem ég best vissi. Ég leit á úrið. Klukkan var rétt rúmlega sex. Ef ég mundi áætlunina rétt, þá áttum við rúman klukkutíma akstur fyrir höndum áður en við renndum inn á Retiro stöðina. Það þýddi væntanlega að við værum ekki ennþá komin til Buenos Aires sjálfrar heldur ækjum við um nágrannasveitarfélög hennar.

Innan rútunnar ríkti kyrrðin að mestu leyti, að undanskildu lágu suði vélarinnar og söngnum sem barst frá samspili dekkja og malbiks, í bland við einstaka djúpan andardrátt og léttar hrotur. Ég gat mér þess til að flestir væru ennþá sofandi, notuðu tímann til hins ýtrasta áður en við kæmum á áfangastað. Sjálfur hafði ég sofið eins og steinn, hafði verið þreyttur eftir göngu gærdagsins og rotaðist næstum samstundis eftir að hafa lokið við freyðivínsglasið sem boðið var upp á eftir matinn. Ég brosti við tilhugsuninni. Þar til fyrir skömmu höfðu loftbólur og langferðabílar ekki verið tengd hugtök í mínu höfði. Ég var virkilega ánægður með svefnrútukerfi Suður-Ameríku, það var snilldarhugmynd. Þægindin komu mér á óvart og ég naut þess að geta stigið upp í rútu um kvöld í einni borg og vaknað aftur næsta morgun á allt öðrum stað, í hundruða kílómetra fjarlægð. Að vaða úr einu í annað var það sem ég þarfnaðist þessa stundina. Í lok fimmtán ára sambúðar, og á tíu ára starfsafmæli, þá hafði ég gott af nokkurra vikna rótleysi til að brjóta upp vanabundna hversdagslífið og brúa bilið yfir í nýtt upphaf. Það var þó ókyrrð á leiðinni og sálartetrið sveiflaðist upp og niður.

„Vakandi?" hvíslaði lítil stúlka, höfuðið á henni tæplega sýnilegt yfir höfuðpúða sætisins fyrir framan mig.

„Já," svaraði ég. „Morgunsólin vakti mig."

„Ég vaknaði bara því ég vildi ekki sofa lengur... en ég vakti ekki mömmu. Ég er góð stelpa. Get vaknað alveg sjálf og leyft mömmu að sofa."

„Það er nú gott," sagði ég geispandi. Jafnvel þótt ég væri tæknilega vakandi og vel úthvíldur, þá var heilavélin mín ekki að brenna á öllum kertunum.

„Þannig geri ég kærleikskeðjuna lengri."

„Ha?" hváði ég, smám saman að ná skýrari hugsun í kollinn. „Kærleikskeðjuna? Hvað er nú það?"

„Keðja af góðverkum," hvíslaði stúlkan og reisti höfuðið eilítið hærra yfir sætisbakið. „Yfirmaður pabba leyfði honum að fara snemma heim úr vinnunni í gær. Pabbi las sögur fyrir Javi. Javi er litli bróðir minn. Hann faðmaði mig áður en við fórum upp í rútuna. Ég leyfi mömmu að sofa. Hún gerir svo góðverk fyrir einhvern í dag. Þessi einhver gerir svo góðverk fyrir einhvern annan. Þannig lengist kærleikskeðjan yfir allan heiminn og endar allt stríð og þjáningu."

„Áhugavert," sagði ég og kinkaði kolli. „Stríð mun heyra sögunni til bara af því að yfirmaður pabba þíns leyfði honum að fara snemma heim úr vinnunni í gær?"

„Já," svaraði stúlkan án minnstu umhugsunar. „Og af því mamma kenndi okkur að viðhalda keðjunni."

„Snilld! Þetta kann ég að meta. En hvað gerist ef einhver slítur keðjuna?"

„Um...," stúlkan tyllti vísifingri á hökuna og tók sér smá hlé til umhugsunar áður en hún svaraði. „Ekkert mál. Við bara byrjum upp á nýtt."

„Aðdáunarvert!" Keðja góðverka sem breiðist um heiminn og útrýmir öllum heimsins hörmungum. Þetta var hugmynd sem ég kunni virkilega vel að meta.

„Hvaðan ertu að koma?" spurði stúlkan og skipti um umræðuefni.

„Iguazú."

„Hvað varstu að gera í Iguazú?"

„Skoða fossana og virkjunina."

„Alveg einn?"

„Já."

„Ertu ekkert leiður að hafa engan til að tala við?"

„Ég tala við fólk. Ég tala við aðra gesti á gistiheimilunum þar sem ég dvel hverju sinni."

„Eru þeir líka í rútunni?"

„Hverjir?"

„Gestirnir."

„Nei. Sumir fóru fyrr. Sumir fara síðar. Sumir voru að ferðast í aðrar áttir."

„Um hvað töluðuð þið?"

„Hitt og þetta. Hvaðan við erum. Hvað við gerum. Ferðalögin okkar. Það voru hjón á hótelinu í Iguazú sem voru að fara í spennandi siglingu. Þau ætla að sigla um suðurhöfin í kringum Suðurheimskautið og við töluðum um þeirra plön."

„Ætlarðu með þeim í siglinguna?"

„Nei."

„Hvert ertu að fara?"

„Til Buenos Aires."

„Hvers vegna?"

„Til að skoða borgina og heimsækja kunningja."

„Hvað er kunningja?"

„Einhver sem þú þekkir smá en samt ekkert sérlega vel. Í þessu tilfelli maður sem ég hef hitt nokkrum sinnum á ráðstefnum."

„Hvað er ráðstefnum?"

„Viðburður þar sem fólk kemur saman og talar um vinnuna sína."

„Ætlarðu að gista hjá honum?"

„Já."

„Hvað heitir hann?"

„Matteo."

„Er hann vinur þinn?"

„Tja..." Ég leit út um gluggann, eins og ég gerði ráð fyrir að finna rétta svarið við hraðbrautina. „Já og nei. Við höfum hist nokkrum sinnum. Borðað kvöldmat og skemmt okkur ásamt öðrum ráðstefnugestum. Ég veit þó ekki hvort hann getur talist vinur minn.“

„Er hann ókunnugur?“

„Nei...“ Ég hikaði eitt andartak og leitaði aftur svara hjá hraðbrautinni utan gluggans. „Eiginlega ekki... ekki heldur... myndi ég segja.“

„Gott,“ sagði stúlkan og setti upp þvílíkan alvörusvip að mér fannst hún vera að segja mér til syndanna. „Þú ættir ekki að tala við ókunnuga.“

„María,“ hvíslaði kvenmannsrödd úr sætaröðinni fyrir framan mig. „Við hvern ertu að tala?“

„Manninn fyrir aftan okkur,“ hvíslaði stúlkan, settist niður og hvarf úr augsýn. „Hann er einn en ekki leiður.“

„Þú manst hvað ég sagði um að tala við ókunnuga?“

„Já mamma... en ég byrjaði.“

„Í því tilfelli...,“ hvíslaði konan til Maríu áður en hún sneri sér við í sætinu og ávarpaði mig. „Ég vona að hún hafi ekki ónáðað þig.“

„Aldeilis ekki,“ svaraði ég. „Ég naut félagsskaparins.“

„Gott og vel,“ sagði konan og sneri sér til baka.

Móðirin og dóttirin héldu áfram að hvíslast á og ég sneri mér aftur að því að virða fyrir mér útsýnið sem blasti við mér út um glugga rútunnar. Það virtist sem við höfðum á endanum náð inn í Buenos Aires, þar sem við ókum framhjá sífellt þéttbyggðari hverfum. Ég horfði á byggingarnar líða hjá án þess að reyna að veita þeim sérstaka athygli. Ég naut þess að láta umhverfið sogast inn í undirmeðvitundina án þess að spá mikið í það. Það var eitt af því sem ég hafði einsett mér fyrir ferðalagið um Suður-Ameríku. Ég reyndi að plana sem minnst fyrirfram og kaus að fylgja veðri og vindum. Það var enginn staður sem ég varð að heimsækja, ekkert sem ég varð að sjá, ekkert sem ég þurfti að mynda, ekkert sem ég þurfti að muna eftir. Ég hafði ákveðið að ég þyrfti tvo mánuði í framandi umhverfi til þess að tæma hugann af þeim væntingum sem ég hafði til lífsins—væntinganna sem ég hafði meðvitað og ómeðvitað byggt upp í gegnum árin. Þegar ég kæmi aftur til Barselóna tæki alvaran við á ný. Ég þyrfti að byggja upp nýjan hversdagsleika—nýtt líf án Mercè. Ég þyrfti einnig að ákveða hvort það væri kominn tími á nýjan starfsvettvang eftir tíu ár í háskólanum. Skipta yfir í eitthvað mýkra starf—minni útreikninga. Ef til vill vettvang þar sem ég gæti notað skáldskaparáhuga minn. Ekki það að ég hefði hugmynd um hvað það gæti verið.

Það var hins vegar seinni tíma vandamál. Nú þurfti ég að komast að því hvað væri að gerast í mínu næsta nágrenni. Rútan hafði numið staðar á umferðarmiðstöð sem virtist í stærri kantinum. Áhöfnin tilkynnti ekki hvar við værum og ég gat ekki séð nein skilti með stöðvarheiti. Flestir, ef ekki allir, farþegarnir virtust vera að búa sig undir að yfirgefa rútuna. Ég leit á úrið og blaðaði í ferðaáætluninni. Samkvæmt henni áttum við enn hálftíma akstur fyrir höndum áður en við kæmum til Retiro-stöðvarinnar í Buenos Aires.

„Þetta er Retiro," sagði kvenmannsrödd sem greinilega var fær um að lesa hugsanir mínar eða látbragð. „Við erum á undan áætlun."

Ég leit upp. María og móðir hennar stóðu í gangveginum milli sætanna, tilbúnar að yfirgefa rútuna.

„Njóttu dvalarinnar í Buenos Aires," hélt móðirin áfram, áður en hún leiddi dóttur sína af stað fram ganginn.

„Bless, ókunnugur," sagði María og blikkaði.

„Bless, takk," svaraði ég og horfði á eftir þeim mæðgum þar sem þær nálguðust dyrnar.

Ég greip taupokann sem ég notaði til þess að geyma mín helstu verðmæti og nauðsynjar, stóð upp og yfirgaf rútuna ásamt síðustu farþegunum.

★ ★ ★ ★ ★

Eftir að hafa náð í bakpokann minn úr farangurs-geymslunni var kominn tími til að halda inn í miðborg-ina. Ég vissi að aðaltorgið var austur af Retiro, en þeg-ar ég steig út um dyr stöðvarinnar gerði ég mér grein fyrir að ég hafði hvorki hugmynd um hvaða útgang ég hafði farið né hvaða gata lægi til austurs.

Ég staðnæmdist um stund og leit yfir umhverfið. Göturnar virtust vera að vakna til lífsins. Það var ekki margmenni fyrir utan stöðina heldur nokkrir götusalar sem voru að vinna við að setja upp sölubása og einstaka vegfarandi lagði lykkju á leið sína fram hjá kössum með söluvarningi. Þetta leit ekki út fyrir að vera aðalinngangur.

Ég gekk niður rampinn frá stöðinni og út á strætið. Ég beygði til hægri, gekk meðfram vegg stöðvarinnar, horfði vandlega eftir götuheitum og lagði þau á minnið. Nokkrum götuhornum síðar beygði ég til hægri án umhugsunar, enn á ný umhugað um að gefa götuheitum góðan gaum. Ég gekk að næstu gangbraut, fór yfir götuna og gekk til baka hinum megin. Eftir ein gatnamótin enn sneri ég til vinstri og gekk yfir að bekk í almenningsgarði, framan við Retiro-stöðina, gengt innganginum þar sem ég hafði yfirgefið stöðina.

Þegar ég ferðaðist um ókunnar slóðir kunni ég ekki við að styðjast við kort þegar ég stóð úti á miðri götu. Ég vildi ekki vekja athygli á mér sem birtingarmynd hugmyndarinnar um hinn dæmigerða týnda ferðalang. Mér fannst það gera mig berskjaldaðan fyrir hnupli, svikum og prettum.

Ég tók af mér bakpokann, settist á bekkinn og tók upp Lonely Planet útgáfuna af Suður-Ameríku. Að öllu jöfnu hefði ég leitað mér að kaffihúsi áður en ég kíkti í ferðahandbókina en á þessum stutta göngutúr um nágrenni umferðarmiðstöðvarinnar hafði ég ekki komið auga á nokkurt slíkt. Ef til vill hafði ég verið of upptekinn við að leggja götuheiti á minnið.

Ég skoðaði kort af Retiro-svæðinu og hófst handa við að staðsetja mig með hjálp götuheitanna í huglægu minnisbókinni. Mér til mikillar gleði uppgötvaði ég að ég þyrfti bara að fylgja einu stræti eftir til þess að komast á þann stað í miðbænum sem ég vildi komast á. Þótt það væri dágóður spölur, þá var það að minnsta kosti bein braut. Ég þyrfti bara að fylgja San Martín sem tæki mig beinustu leið að Plaza de Mayo. Það kom þó á daginn að gangan var í hásuður en ekki austur, eins og ég hafði haldið.

★ ★ ★ ★ ★

Ég kom inn í miðbæinn við norðvesturhorn Plaza de Mayo. Það var enn tiltölulega snemma morguns og ég hafði talsverðan tíma til aflögu áður en ég hefði samband við Matteo—kunningja minn. Eða var hann vinur minn? Eða ókunnugur. Í öllu falli þá var of snemmt að hringja núna. Satt best að segja var ég ekki viss um það hvenær væri góður tími til að hafa samband. Það var laugardagsmorgunn og ég hafði ekki hugmynd um það hvernig helgarrútínan hans var, eða kurteisisvenjur þessa heimshluta varðandi símtöl fyrir hádegi.

Ég hóf skoðunarferð mína um miðbæinn með því að ganga að forsetahöllinni bleiku, Casa Rosada, og til baka. Síðan þræddi ég hliðargöturnar í kringum Plaza de Mayo, án þess að líta á nokkuð sérstakt en innbyrða á sama tíma allt sem ég sá. Ég gekk fram hjá blaðasala sem var að opna búðina sína. Ég leit við hjá honum og keypti mér kort af borginni. Ég hugsaði með mér að það gæti komið sér vel að hafa nákvæmt kort í höndunum þegar ég leitaði að heimilisfangi Matteo, eitthvað haldbærara en litlu uppdrættina í Lonely Planet. Sér í lagi þar sem ég kenndi þeim um morgunruglinginn varðandi það hvað var austur og hvað suður. Það ert ekki þú sem ert ruglaður, sagði ég við sjálfan mig, þetta er allt ferðahandbókinni að kenna.

Eftir að hafa mælt göturnar í kringum Plaza de Mayo í næstum klukkutíma gekk ég fram á kaffihús sem leit vel út. Ég hafði svosem ekki verið að leita að stað til að setjast niður á en ég áttaði mig á að gangan um bæinn hafði vakið upp svengd og ég ákvað að það væri góð hugmynd að fá sér smá morgunmat, um leið og ég skoðaði nýja kortið mitt til þess að ná áttum í borginni. Ég pantaði mér cappuccino og croissant, fletti kortinu sundur og gerði fyrstu tilraun til að finna út hvar Matteo bjó. Með kortið útbreitt fyrir framan mig áttaði ég mig á því að ég stóð frammi fyrir gríðarstórri borg með eitt götuheiti. Ég var ekki með neitt í höndunum til þess að þrengja leitarhringinn. Nálar og heystakkar komu upp í hugann. Ég vissi ekkert um hverfi borgarinnar, né heldur í hvaða hverfi Matteo bjó, hvað þá heldur hvort heimilisfangið væri í miðbænum, úthverfi, norður, suður, austur eða vestur. Ég reyndi að skanna kortið frá efra vinstra horni til neðra hægra horns en komst fljótt að því að það myndi taka aldur og ævi. Því næst prófaði ég að líta af handahófi á svæði í kringum miðbæinn og lesa öll götunöfn í þeirri von að finna Olavarría. Hvorug aðferðin skilaði árangri. Um stund sá ég eftir því að hafa skilið snjallsímann minn eftir heima á Spáni. Það hefði verið leikur einn að kortleggja heimilisfangið með aðstoð alvörusíma og gagnapakka.

Ég hafði ákveðið að skilja snjallsímann eftir því ég vildi slíta sem flest tengsl við gamla heiminn í þá tvo mánuði sem ég hugðist vera á flakki um nýja heiminn. Ég hafði ákveðið að taka mér smáfrí frá stafræna heiminum og reyna að lifa hliðrænu lífi í nokkrar vikur. Lífið snerist um annað og meira en reiknirit, sannfærði ég sjálfan mig um, allt þarf ekki að vera útreiknað. Ég átti þó í mestu vandræðum með að leggja reikniritin alveg frá mér. Það var nú bara þannig sem ég hugsaði.

Án þess að hafa fundið það sem ég leitaði að, braut ég kortið saman og kláraði morgunmatinn. Það var ennþá tiltölulega snemma morguns og mér varð aftur hugsað til þess hversu árla dags ég gæti hringt í Matteo.

66

Klukkan var hálftíu og ég ákvað að það væri við hæfi að hringa upp úr tíu. Ég hafði þó varla lokið við þá hugsun þegar ósnjalli síminn minn byrjaði að hringja.

„Hæ, þetta er Matteo. Hvernig hefurðu það? Ertu kominn til Buenos Aires?"

„Já, ég kom með rútunni í morgun og er rétt í þessu að klára morgunmatinn."

„Flott mál. Hvar ertu?"

„Skammt vestur af Plaza de Mayo, held ég, annars er ég frekar áttavilltur í dag."

„Ekkert vandamál. Það er frábær staðsetning. Það er afar auðvelt að rata heim til mín þaðan. Farðu niður í átt að Casa Rosada, haltu þig hægra megin og hoppaðu upp í vagn 64 til La Boca. Vagninn beygir svo til suðurs og þú ferð fram hjá San Telmo, svo undir brú og framhjá garði á hægri hönd. Vagninn tekur svo beygju til vinstri inn í La Boca. Þú skalt fara út úr vagninum áður en hann beygir til hægri á ný við Puente Nicolás Avellaneda. Svo gengurðu til baka, eina og hálfa húsalengju, og beygir til vinstri inn í Olavarría. Slotið mitt er þá á hægri hönd, fyrir ofan apótek. Náðir þú þessu?"

„Já, það held ég. Casa Rosada, hægra megin, vagn 64, La Boca, suður, San Telmo, brú, garður, vinstri, stíga af áður en hann beygir til hægri og svo til baka, vinstri inn í Olavarría og apótek."

„Nákvæmlega! Sjáumst eftir smá."

„Ókei bæ."

Ég endurtók leiðarlýsinguna í huganum. Casa Rosada, hægri hönd, vagn 64 La Boca, brú, garður, vinstri, stíga af áður en hann beygir til hægri og svo apótek. Þetta hljómaði alls ekki svo flókið.

Ég borgaði morgunmatinn og hélt yfir Plaza de Mayo í átt til Casa Rosada, þyljandi fyrsta hluta leiðarinnar í huganum, vagn 64 til La Boca. Þegar ég kom að stoppistöðinni renndi einmitt vagn 64 í hlað og ég stökk um borð.

Þegar upp í vagninn var komið spurði ég vagnstjórann hvað farið kostaði og án þess að svara benti hann mér á sjálfsala aftar í vagninum. Ég gekk inn ganginn og las leiðbeiningarnar á sjálfsalanum. Ég hafði tvo valkosti til að borga farið, annars vegar gat ég borgað einn peseta með strætókorti eða notað tveggja peseta mynt. Ég hafði hvorugt undir höndum. Ég var bara með tveggja peseta seðil.

„Get ég borgað með tveggja peseta seðli?" spurði ég vagnstjórann.

„Nei."

„Getur þú skipt seðli í mynt?" spurði ég, þótt það væri nánast sama spurning og áður.

„Nei."

Nú voru góð ráð dýr, hugsaði ég með mér þar sem ég stóð á ganginum í miðju vagnsins og velti því fyrir mér hvaða kostir væru í stöðunni. Vagninn hafði þegar

68

ekið af stað svo ég var of seinn að stökkva frá borði til að leita að skiptimynt. Á hinn bóginn kunni ég ekki við að setjast einfaldlega niður án þess að borga.

„Ég tek þetta."

Maður í bláum verksmiðjusamfestingi gekk upp að sjálfsalanum og borgaði farið mitt með strætókortinu sínu.

„Kærar þakkir," sagði ég og rétti manninum tveggja peseta seðilinn.

„Ég borgaði bara einn peseta með kortinu og ég á ekki skiptimynt."

„Það er ekkert vandamál," sagði ég og otaði seðlinum í átt til hans. „Farið hefði hvort sem er kostað mig tvo peseta."

„Hafðu engar áhyggjur," sagði maðurinn og hélt höndunum upp, eins og til að gefast upp fyrir einhverjum sem væri að ráðast á hann með eggvopni.

„Nei, endilega, takt'ann," þrjóskaðist ég við. „Það er minnsta sem ég get boðið."

Verkamaðurinn hristi höfuðið brosandi og sneri aftur í sætið sitt. Ég þakkaði honum á ný fyrir greiðann og fékk mér sjálfum sæti aftar í vagninum. Mér leið vandræðalega yfir að hafa þegið aðstoð mannsins. Ég var nokkuð viss um að ég væri betur settur fjárhagslega en hann og tveggja peseta seðillinn væri betur kominn í hans höndum en mínum. Ég velti því fyrir mér hvernig ég gæti endurgreitt honum. Ég vildi endurgjalda greiðann einhvern tímann. Einhvern veginn. Hins vegar var afar ólíklegt að vegir okkar myndu nokkurn tímann liggja saman aftur. Við þá hugsun hvarflaði hugurinn til Mercè. Myndu okkar vegir liggja saman aftur? Það virtist óhjákvæmilegt en samt svo ómögulegt að ímynda sér hvernig þeir endurfundir yrðu—eftir allt sem hafði gerst, eftir allt sem sagt hafði verið, eftir allt sem hafði verið hrópað.

Þegar vagninn stoppaði á næstu stöð stóðu þeir upp, farþegarnir tveir sem setið höfðu fyrir framan mig, og héldu til dyra. Kona leiddi litla stúlku. Rétt áður en þær stigu af vagninum sneri stúlkan sér við, leit í áttina til mín, brosti og vinkaði. Mér varð bylt við. Þetta var María, nýja vinkona mín. Áður en mér gafst færi á að veifa til baka höfðu dyrnar lokast að baki þeim og vagninn lagt af stað á ný.

Var þetta einhvers konar jarteikn? Voru viðskipti mín við verkamanninn bara einn hlekkur í kærleikskeðjunni? Ef til vill hafði móðir Maríu gert manninum góðverk og hann borgað farið mitt sem sinn hlekk í keðjunni. Nú var komið að mér að gera góðverk. Það var komið að mér að framlengja kærleikskeðjunni sem myndi á endanum binda endi á öll stríð og hörmungar þessa heims. Og þó. Ef til vill var maðurinn ekki hluti af keðjunni sem hófst á því að yfirmaður föður Maríu hafði gefið honum hálfan frídag. Maðurinn gæti eins auðveldlega verið hluti af annarri

70

kærleikskeðju, öðrum þræði sem væri að vefa sama kærleiksdúkinn sem myndi á endanum hylja jörðina og vernda okkur öll. Ég hristi höfuðið og ákvað að þetta væri nægur ljóðrænn prósi í bili, ég hafði stað til þess að komast á.

Ég leit út um gluggann og reyndi að muna lýsingu Matteo á leiðinni. Vagn 64, brú, garður, stíga af áður en hann beygði til hægri. Það var allt og sumt sem ég gat munað. Hvernig í ósköpunum ætti ég að vita hvenær ég ætti að stíga af vagninum?

Ég tók upp kortið og fletti því sundur, eins mikið og takmarkað rýmið í vagninum leyfði. Nú þegar ég hafði hverfisnafn undir höndum, þá ætti ég að geta framkvæmt ítarlegri og árangursríkari leit að heimilisfangi Matteos. Augun hvörfluðu yfir kortið og í snarheitum fylgdu þau flugi krákunnar frá Casa Rosada, yfir San Telmo, í La Boca hverfið, og þar pírði ég augun á kortið í leit að Olavarría. Bingó. Þarna blasti gatan við. Mér varð litið til baka til Casa Rosada og reyndi að endurspila leiðarlýsingu Matteos á kortinu. Beygir suður og fer undir brú. Ég leit út um gluggann og sá að við vorum að nálgast mislæg gatnamót. Ég leit aftur á kortið og fann garðinn og vinstri beygjuna inn í La Boca. Þetta var smám saman að rifjast upp fyrir mér. Nú þurfti ég bara að passa mig á því að stíga af vagninum áður en hann beygði til hægri, eftir að hafa beygt til vinstri.

71

Ég leit aftur út um gluggann. Gatnamótin mislægu voru að baki og garðurinn var á hægri hönd. Fyrr en varði myndi vagninn beygja til vinstri. Allt var eins og það átti að vera og það yrði barnaleikur að finna rétta stoppistöð.

Ég hlustaði á stöðvarheitin í hvert sinn sem næsta stopp var tilkynnt og reyndi að finna þau á kortinu svo ég gæti yfirgefið vagninn á þeirri réttu. Mér gekk brösuglega í fyrstu. Ég var of seinn að leita. Smám saman komst ég þó upp á lagið með því að vera með vísifingur á kortinu, hlusta og horfa út um gluggann. En þegar ég hafði loksins komið mér upp kerfi til að fylgja eftir ferð vagnsins, hugsaði ég með mér að það væri miklu skemmtilegra að njóta útsýnisins um ókunnuga borg heldur en að fylgja eftir ferð strætisvagns með fingur á korti. Málið var ekki eins flókið og ég var að gera það. Allt sem ég þurfti að gera var að njóta útsýnisins og bíða eftir að vagninn beygði til hægri. Þá myndi ég vita að ég hefði misst af réttu stoppistöðinni en væri að minnsta kosti í réttu hverfi. Það yrði seinni tíma vandamál að finna rétta húsið. Ég sleppti því fingrinum af kortinu, hætti að hlusta eftir stöðvarheitum og naut útsýnisins.

Á endanum beygði vagninn til hægri, svo ég hringdi bjöllunni og steig út við fyrsta tækifæri. Ég leit í kringum mig til þess að kynnast umhverfinu. Hinum megin götunnar lá göngusvæði meðfram síki. Mín megin var röð niðurníddra húsa. Þeirri hugsun skaut upp í huga mínum að ég hafði heyrt sögur um að La Boca væri ekki beint öruggasta hverfi borgarinnar. Ef til vill höfðu það verið mistök að fylgja ekki upphaflegu leiðarlýsingunni. En þrátt fyrir áhyggjur mínar, að þetta væri ekki góður staður til þess að viðra áttavillu mína á almannafæri, þá settist ég niður á bekkinn við stoppistöðina og leit á kortið til þess að finna út hvar ég væri, og hvernig væri best að komast heim til Matteo.

„Leitarðu einhvers?"

Ég hrökk við, herti takið á kortinu og kreisti saman hnén til þess að tryggja bakpokann. Ég leit upp og sá eldri mann setjast niður við hlið mér.

„Ég er að leita að Olavarría," játaði ég.

„Olavarría," sagði maðurinn hægt. „Fylgdu þessari götu að næstu gatnamótum, beygðu þá til hægri og Olavarría mun vera þriðja gatan sem þú kemur að."

„Kærar þakkir!"

Ég gekk enn á ný frá kortinu í bakpokann og fylgdi leiðarlýsingu gamla mannsins, þó á báðum áttum og með smávægis áhyggjur af því hvort hann hafi sent mig í rétta átt eða reynt að afvegaleiða mig. Áður en ég vissi af þá stóð ég hins vegar fyrir framan apótekið sem Matteo hafði lýst fyrir mér í símanum. Nú leit út fyrir að ég skuldaði kærleikskeðjunni tvö góðverk.

★ ★ ★ ★ ★

Eftir að hafa rölt um San Telmo í yfir fjörutíu mínútur, leitandi að stað til að fá mér hádegismat, þá var ég glaður yfir að hafa séð kaffihús sem leit vænlega út. La Poesía. Þótt ég teldi mig meira fyrir prósa þá ákvað ég að kíkja inn. Ég hafði gengið fram hjá nokkrum vel álitlegum stöðum á morgungöngu minni en þegar ég kíkti inn sá ég alltaf eitthvað sem fældi mig frá. Of tómt. Of fullt. Of bjart. Of dimmt. Ég átti mér enga nákvæma skilgreiningu á því hvað heillaði mig varðandi hádegisverðarstað en þegar á hólminn var komið og ég varð að taka ákvörðun þá fannst mér auðvelt að sannfæra mig um að handan við hornið gæti grasið verið grænna, húsgögnin verið brúnni eða maturinn girnilegri. Ég gerði mig sekan um þannig hugsunarhátt æ ofan í æ. Ég gekk þangað til ég var of svangur til þess að halda áfram og endaði á því að borða á hvaða stað sem var nálægastur þeim stað sem ég hafði fyllst örvæntingu. Ég borðaði alltof oft á stöðum sem voru miklu síðri en þeir sem ég hafði gengið fram hjá og hafnað. Ég var glaður að þannig virtist ekki vera uppi á teningnum þegar La Poesía var annars vegar. Gat það verið að óákveðni mín hefði borgað sig, einu sinni?

La Poesía var í fjallakofastíl. Borð og stólar voru í eldri kantinum en afar stílhrein. Veggirnir voru þaktir svarthvítum ljósmyndum og hlutum úr fortíðinni. Þótt þeimað væri antík, þá var andrúmsloftið ferskt og innanstokksmunir virtust valdir af kostgæfni, hver hlutur virtist á réttum stað án þess að skapa tilgerðarlegt umhverfi. Staðurinn var náttúrulega heillandi.

Kaffihúsið var hálfsetið af viðskiptavinum. Lýðurinn spannaði breitt bil hvað aldur og útlit varðaði. Við útidyrnar voru tveir eldri menn í hrókasamræðum. Á borðinu þeirra lá stafli af úrsérgengnum bókum. Ég gat ekki heyrt samræður þeirra en gerði mér í hugarlund að þarna væru á ferðinni bókagagnrýnendur að þræta um bókmenntalegt gildi sígildra verka. Í innsta horni staðarins sat hópur unglingsstúlkna sem spjölluðu saman milli þess sem þær litu á símana sína. Í miðju staðarins sat kona á miðjum fertugsaldri, giskaði ég á, pikkandi á fartölvu, með latte á aðra hönd og skrifblokk á hina.

Ég fann mér borð fyrir miðju kaffihússins og settist niður. Enn á ný minnti ég sjálfan mig á það í huganum hversu heppinn ég hafði verið að vera vandfýsinn á hádegisverðarstað þennan daginn. Ef ég hefði ekki verið það hefði ég líklega misst af þessum. Það var eitthvað við þetta kaffihús sem ég hefði ekki viljað missa af.

Ég pantaði mér steikarsamloku og bjór. Þetta var þriðji dagurinn minn í Buenos Aires og ég hafði ekki enn fengið mér steikarsamloku. Yfir morgunmatnum hafði Matteo stungið upp á því að ég prófaði eina slíka. Þetta var að vissu leyti áhugaverð uppástunga, þar sem hann sjálfur var grænmetisæta. Hún var hins vegar fullkomlega í samræmi við persónuleika mannsins sem ég hikaði núna ekki við að kalla vin, frekar en kunningja eða ókunnugan. Hann hafði næmt eyra fyrir því sem ég kunni að meta og kom með sérsniðnar uppástungur fyrir mig sem voru samt sem áður byggðar á þekkingu heimamannsins á borginni.

Á meðan ég beið eftir matnum tók ég upp minnisbókina og hófst handa við að skrifa ferðadagbók fyrir Buenos Aires. Það var þó varla hægt að kalla þetta ferðadagbók. Þetta var bara dagbók—samansafn handahófskenndra hugsana um allt og ekkert. Ég hafði svosem ekki staðið mig vel í hlutverki ferðalangs. Það er að segja í þeim skilningi sem greint var frá í Lonely Planet. Ég hafði bara gengið um án áfangastaðar, hugsað og virt fyrir mér lífið í borginni, milli þess sem ég settist niður og páraði nokkur velvalin orð í minnisbókina. Ég hafði getað slakað vel á og náð að hrista af mér áhyggjurnar sem ég hafði í upphafi haft um öryggi borgarinnar. Orðin flæddu og mér leið betur en ég hafði gert í háa herrans tíð. Veran að heiman var að gera mér gott. Lundin var tvímælalaust léttari. Mér leið ekkert illa yfir því að hafa ekki kynnst borginni eins og aðrir ferðamenn. Þess í stað kynntist ég henni á minn hátt. Ég er hugsuður, skrifaði ég í minnisbókina, og ef borg fær mig til að hugsa, þá hugsa ég. Ég er göngumaður, og ef borg fær mig til þess að ganga, þá

76

geng ég. Ég er rithöfundur—í víðum skilningi þess orðs—og ef borg fær mig til þess að skrifa, þá skrifa ég. Jafnvel þótt ég sé í Buenos Aires, þá þarf ég ekkert að læra að dansa tangó, svo framarlega sem penninn dansar yfir pappírsörkina.

Á milli setninga leit ég upp frá minnisbókinni og yfir kaffihúsið, yfir að barnum, drekkandi í mig andrúmsloft staðarins, og ekki síður til þess að stelast til að líta á þjónustustúlkurnar, sem mér fundust afar fallegar. Eftir fimmtán ára sambúð með Mercè fannst mér ég vera að horfa á eftir fallegu kvenfólki í fyrsta sinn í langan tíma—það er að segja meðvitað. Ef aðeins Mercè hefði haft sama sjónarhorn á samband okkar, þá hefði ekki verið um neinn Fábian að ræða, enga stórkostlega opinberun og engan skilnað. Á hinn bóginn hefði heldur ekki verið um neina ferð til Suður-Ameríku að ræða, engin endurlífgandi ganga um Buenos Aires og engin ný ævintýri. Ef til vill hafði allt heila klabbið verið til þess að frelsa mig frekar en að niðurlægja.

Í lok eins þessara yfirlita var ég við það að snúa mér aftur að skriftum þegar ég kom auga á kunnuglega persónu sem stóð við barinn á spjalli við eina þjónustustúlkuna. Ef mér skjátlaðist ekki þá var þetta Ellen, kanadísk kona sem ég hafði hitt yfir morgunverði í Iguazú fyrir nokkrum dögum. Ég hafði átt áhugavert spjall við hana og eiginmann hennar.

„Hæ, þvílík tilviljun að sjá þig hér!" sagði ég þegar ég nálgaðist barinn þar sem Ellen stóð.

„Þú hér! Frábært! Þú talar spænsku, er það ekki?" spurði Ellen og andvarpaði. „Mig langar að panta steikarsamloku til þess að taka með mér í rútuna til Bariloche en ég virðist ekki geta komið því til skila að ég vilji fá samlokuna til að taka með."

„Hafðu engar áhyggjur," sagði ég og sneri mér að þjónustustúlkunni. *„Quiere el lomito para llevar."*

"Ah, para llevar, ahora sí," svaraði þjónustustúlkan og brosti af létti. *"¿Lo quiere completo?"*

„Má bjóða þér samlokuna með öllu?"

„Hvað er innifalið í *öllu*?"

„Skinka, spælt egg, ostur, beikon..."

„Nei, bara venjulega samloku," svaraði Ellen. „Ég man eftir því að hafa fengið mér steikarsamloku þegar ég var í Buenos Aires fyrir tólf árum síðan. Hún var afar girnileg."

„Solo el sandwich," þýddi ég fyrir þjónustustúlkuna en sleppti að þýða seinni hluta setningarinnar, þar sem ég mat hann óviðkomandi samlokupöntuninni. Ég hélt áfram starfi mínu sem túlkur, þýðandi seinasta hluta viðskiptanna sem snerist um greiðslu.

„Hvers vegna sest þú ekki hjá mér á meðan þú bíður eftir matnum," sagði ég og benti í áttina til borðsins þar sem ég hafði komið mér fyrir. „Ég er sjálfur að bíða eftir minni samloku."

Þar sem við biðum þá spjölluðum við um það sem á daga okkar hafði drifið síðan við sáum hvort annað í Iguazú. Tíminn leið hratt og áður en við vissum af voru samlokurnar komnar á borðið.

„Ég verð að þjóta," sagði Ellen. „Ég get ekki verið sein í rútuna."

„Njóttu Bariloche, og skemmtisiglingarinnar, og samlokunnar. Ekki endilega í þeirri röð."

„Takk fyrir að grípa inn í og bjarga pöntuninni. Ef ég gæti bara borgað þér til baka einhvern veginn."

„Það er engin þörf fyrir endurgreiðslu. Ég er bara að viðhalda kærleikskeðjunni. Þú skuldar mér ekki neitt. Ég lagði bara góðverk inn í alþjóðakærleiksbankann. Þú getur gert hið sama með því að aðstoða einhvern annan. Við getum þannig sótt í bankann þegar við þurfum þess með. Við þurfum ekki að gjalda greiða með gagnkvæmum hætti. Við þurfum bara að vera góð hvert við annað til þess að tryggja að alltaf sé til innistæða í bankanum."

„Ha?"

„Skiptir engu," svaraði ég brosandi. „Einhvern tímann seinna. Hlauptu á eftir rútunni."

Framlag mitt til kærleikskeðjunnar hafði verið lítið. Engin lífsbjörg eða annar hetjuskapur. Samt sem áður leið mér vel að vera loksins hluti af keðjunni sem myndi á endanum breiðast um allan heiminn og binda enda á öll stríð. Hver einasti hlekkur í keðjunni skipti máli, gerði ég mér í hugarlund, hversu smár eða stór.

Þar sem ég fylgdi Ellen til dyra með augnaráðinu þá stoppuðu augun skyndilega við borð nálægt innganginum. Enn og aftur hitti ég fyrir Maríu og móður hennar. Stúlkan brosti og ég blikkaði hana.

ÞAÐ SEM VIÐ ÞRÁUM AÐ ÞRÁ

Valur lokaði útidyrahurð íbúðarblokkarinnar á eftir sér og skalf þegar hann mætti ferskum íslenskum sumarandvaranum. Eftir að hafa búið erlendis í einn og hálfan áratug, átti hann í erfiðleikum með að venja sig á að sumardagar kölluðu ekki sjálfkrafa á stuttermabol— jafnvel þótt það væri hásumar. Valur leit upp á milli blokkanna þar sem hann gisti þessa vikuna. Himinninn var grár. Þó að veðrið væri ekki eins og Valur átti að venjast nú til dags, gat það vart verið dæmigerðara miðað við hnattstöðu og árstíma. Þetta var einn þessara daga þar sem óvíst var hvort hann myndi haldast þurr eður ei, en eitt var víst, það átti eftir að vera skýjað.

Veðrið var einn af þeim þáttum sem Valur þyrfti að taka með í reikninginn ef hann ætlaði að flytja til baka til Reykjavíkur. Hann yrði að fullvissa sig um að hann gæti sætt sig við það. Það yrðu ekki eins margir sólardagar í Reykjavík og hann var vanur að njóta, hvort sem það var í Amsterdam eða Barselóna. Það yrðu tvímælalaust fleiri dagar þar sem himinninn væri hulinn skýjum. Meiri rigning. Meiri snjór. Meira slabb. Það yrði meira um þennan endalausa, óákveðna regnúða sem héngi í loftinu dögum saman án þess að gera það upp við sig hvort hann ætlaði að falla sem rigning eða ekki. Hann þyrfti að búa sig undir þá staðreynd að það gætu liðið vikur án þess að það sæist almennilega til sólar. Það var satt að hann kvartaði stundum undan kæfandi sumarhitanum við Miðjarðarhafið, en hann varð að hafa í huga að þegar allt kom til alls þá var veðurfarið í Barselóna betra en bæði í Amsterdam og Reykjavík. Það var einnig einn af fáum kostum við tíðu ferðalögin milli Barselóna og Amsterdam að hann gat valið að eyða nokkrum aukadögum á skrifstofunni í Hollandi ef hitinn í Katalóníu var yfirþyrmandi.

Valur gekk yfir bílastæðið milli íbúðarblokkanna og fann sér leið í átt að Borgartúni. Þetta var að öllum líkindum einn þéttbyggðasti hluti Reykjavíkur og ætti samkvæmt borgarfræðunum að vera iðandi af mannlífi. Hins vegar voru fáir á ferli á þessum þriðjudagsmorgni. Eina lífsmarkið var stöðugur straumur bíla upp og niður Borgartúnið. Þegar hann hugsaði út í það, þá var þetta dæmigert götulíf í Reykjavík. Þær fáu hræður sem fóru út úr húsi héldu sig í bílum sínum. Hvað var það sem batt samlanda hans svona rækilega við bíla? Líkaði þeim svona vel við þá eða var fólkið einfaldlega fast í ástandi þar sem borgarskipulagið, með dreifðri byggð og stórum úthverfum, gerði þeim ekki kleift að brjótast út úr þessum vélbúnu stálbúrum? Ef til vill var þetta eins og hin eilífa togstreita milli uppruna hænunnar og eggsins. Annars vegar notuðust fáir við sjálfbæran samgöngumáta, þar sem innviði vantaði. Hins vegar þorði enginn stjórnmálamaður að fjárfesta í innviðum fyrir sjálfbæran samgöngumáta, þar sem notendurnir voru of fáir—kjósendurnir of fáir, og atkvæðin of fá. Hvað sem hverju leið þá var Valur ekki mikið fyrir bíla og velti fyrir sér hvort hann myndi sakna götulífsins í þeim tveimur borgum sem hann var að hugsa um að snúa baki við. Hann myndi sakna iðandi mannlífsins á torgum og gangstéttum Barselóna, litlu sérverslananna sem voru allar í göngufæri, grænmetissalans, slátrarans, vínbúðarinnar. Hann myndi sakna þess að hjóla um Amsterdam, göngutúranna meðfram síkjunum, þar sem síbreytilegir húsgaflar veittu hina mestu skemmtun og síðast en ekki síst lautarferðanna í Vondelpark. Hann myndi sakna borganna þar sem leikrit lífsins var sett upp í almenningsrýmum—ekki aðeins innandyra, hvort sem það voru útidyr eða dyr bíla. Hann ímyndaði sér hversu ólíkt það væri ef hann væri á göngu um Barselóna í dag. Hann myndi setjast niður á kaffihúsi við iðandi torg og fá sér kaffibolla á meðan hann nyti þess að horfa á fólkið þar sem það fékkst við sínar útréttingar í miðmorgunssólinni. Það er að segja ef hann væri ekki á þriðjudagsmorgunfundi.

Þegar Valur kom að opna svæðinu við Höfða, stoppaði hann um stund til þess að líta yfir fjöllin handan *sundanna bláu*. Útsýnið sem hafði veitt mörgu ljóðskáldinu andagift. Fjöllin sem borgarskáldið lýsti sem fjólubláum draumum á vorkvöldi. Fjallasýnin, sundin, eyjarnar—það var varla hægt að ímynda sér betri ramma fyrir borg. Reykjavík var þéttbýli í nánd við náttúruna—ósnortnu víðlendurnar sem voru án vafa eitt helsta aðdráttarafl Íslands, ekki einungis fyrir ferðamennina heldur einnig fyrir Val sjálfan. Hann elskaði endalausa útsýnið yfir óbyggðir. Friðsæla náttúruna. Það var sannarlega auðvelt að komast upp í fjöllin í nágrenni Barselóna. Pýreneafjöllin voru ekki nema í nokkurra tíma lestarfæri. Það var hins vegar ekki það sama—fjall eða fjall. Það var ekki sama einangrunartilfinning á Íberíuskaganum og á íslenska hálendinu. Líkt og Valur kunni ekki við mannleysið á götum Reykjavíkur, þá kunni hann ekki við mannmergðina í Pýreneafjöllunum. Hann gerði sér grein fyrir því að hann var öfgamaður í þeim efnum. Fyrir honum voru einungis tvær tilvistarstöður, annars vegar stórborgin með mannfjölda og þéttsetnu götulífi og hins vegar ósnortin náttúra, þar sem hann gat verið einn síns liðs eða með fámennum en góðmennum vinahópi, án þess að miklar líkur væru á því að rekast á annað fólk.

Valur hlakkaði reglulega mikið til ferðarinnar sem hann átti í vændum í næstu viku. Hann var að fara með vinahópnum í gönguferð um Hornstrandir, þar sem þeir ætluðu að verja átta dögum, gangandi um óbyggðir, fjarri borgum og bæjum, án þess að koma við á einu einasta byggðu bóli. Þetta yrði ganga á landamærum nútímasiðmenningarinnar og óbyggðar ísbreiðu Norðurpólsins. Valur saknaði þessara ferða. Hópurinn fór að minnsta kosti í tvær vikulangar ferðir á ári, og þess á milli voru margar styttri helgarferðir. Valur reyndi að ná í að minnsta kosti eina af löngu ferðunum, en varð að missa af öllum helgarferðunum. Það yrði hins vegar leikur einn að taka upp þráðinn ef hann flytti til Reykjavíkur.

Þegar Valur kom niður á Laugaveg lifnaði yfir götunni og fleiri voru á ferli. Það var þó mestmegnis um ferðamenn að ræða. Hann átti í vandræðum með að ákveða sig hvort hann teldi sjálfan sig heimamann eða ferðamann. Að einhverju leyti var umhverfið kunnuglegt en á sama tíma var það einnig afar framandi. Hann átti erfitt með að ná tengingu við staðinn. Svo margt hafði breyst á undanförnum fimmtán árum. Samfélagið hafði þróast og hann hafði þroskast. Það var eitthvað við íslenskt samfélag sem hann gat ekki tengt sig við. Hann naut þess að lifa hóflegum lífsstíl í lítilli íbúð, án munaðar á borð við örbylgjuofn, sjónvarp, uppþvottavél eða þurrkara. Hann átti hvorki bíl né húsnæðislán. Hlutirnir voru öðruvísi á Íslandi. Honum fannst sem ætlast væri til að allir væru steyptir í sama mótið, þar sem hver og einn átti sitt hús og garð, börn og bíla, uppþvottavélar og hunda. Val langaði til að lifa sveigjanlegu lífi—vera frjáls til að ferðast—frjáls til að lifa í núinu án þess að þurfa að hugsa um framtíðina. Hann var hræddur um að ef hann flytti til Reykjavíkur þá myndi hann steypa fæturna fasta í ófrjóan íslenskan jarðveg.

Úr Bankastræti tók Valur stefnuna á höfnina þar sem Harpa, tiltölulega nýja tónlistarhúsið, stóð. Hann staldraði við á Arnarhóli og virti bygginguna fyrir sér. Húsið sjálft var áhrifamikið glerhýsi undir áhrifum frá sexhyrndu stuðlabergi sem fannst svo víða í íslenskri náttúru. Nánasta umhverfi var hins vegar ekki eins töfrandi—blanda af auðum byggingarlóðum og gapandi holum, sem biðu þess að vera fylltar af undurstöðum nýrra bygginga. Það voru nú liðin fjögur ár frá hruninu 2008, sem hafði sett mestalla uppbyggingu á ís, og það voru ekki mörg merki um að sá klaki myndi bráðna á næstu árum. Torgið fyrir framan tónleikahöllina var eins niðurdrepandi og byggingin sjálf var upplífgandi. Næstum allt torgið var þakið svörtu malbiki, ekki ósvipuðu stærðarinnar bílastæði. Til þess að bílstjórar rugluðust ekki í ríminu, var stórum steinsteypukubbum komið fyrir á víð og dreif. Valur kunni að meta hið dæmigerða íslenska landslag, með svörtum söndum eins langt og augað eygði, en þetta var ekki rétti staðurinn fyrir eyðimörk. Rétt eins og íslensku sandarnir sýna mannfólkinu ekki mikla gestrisni, þá var þetta malbikshaf afar fráhrindandi. Þetta var miðborgin. Þarna ætti að vera vin fyrir fólk. Það voru að vísu nokkrir bekkir á stangli um torgið en ekkert sem gat laðað að sér skemmtilegt borgarlíf. Enginn gróður. Ekkert kaffihús. Ekkert. Valur varð dapur. Hann óskaði þess svo heitt að hann gæti fallið fyrir Reykjavík. Hann þráði að vera spenntur. Það myndi gera ákvörðun hans um að flytja til borgarinnar þeim mun auðveldari.

Valur hristi af sér vonbrigðin og gekk yfir Lækjartorg, inn Hafnarstræti og í átt að Listasafni

Reykjavíkur. Hann þurfti að hreinsa hugann—beina þönkunum í aðrar áttir. Hann þurfti að hætta um stund að velta fyrir sér búferlaflutningum, og listasafn var tilvalið til þess að dreifa huganum.

★ ★ ★ ★ ★

Jafnvel þótt það væri skýjaður sumarmorgunn, og ferðamannatímabilið í hámarki, þá var hann einn í stórum salnum. Þögnin var alger, ef frá var talið ískrið undan gúmmísólum skónna þegar hann gekk yfir glansandi lakkað steinsteypugólfið. Valur fann hvernig slaknaði á spennunni sem safnast hafði upp í líkamanum undanfarna daga. Það hafði verið góð hugmynd að heimsækja safnið. Þema sýningarinnar, sem var í gangi þessa stundina, var list úr hversdagslífinu. Auglýst markmið hennar var að leita línunnar á milli þess sem við köllum listaverk og hluta sem við álítum hversdagslega í okkar daglega lífi.

Í salnum miðjum stoppaði Valur við nokkuð venjulegan hægindastól sem stóð við hlið skiltis þar sem gestir voru beðnir um að sitja ekki á listaverkinu. Val varð starsýnt á stólinn. Var þetta listmunur eða einungis hluti af hinu daglega lífi? Þetta var sannarlega áleitin spurning. Hvað er eiginlega list? Gat venjulegur stóll í miðjum sal verið list? Stóllinn var klárlega hönnun. En list? Hvar lágu mörkin milli listar og hönnunar? Milli hönnunar og framleiðslu? Var hönnunin til staðar í hverju framleiddu eintaki, eða aðeins í frumgerðinni? Plató hefði örugglega haft svar við því.

„Er þetta list?"

Val var brugðið. Hann hafði ekki heyrt neinn ganga inn í salinn og röddin virtist eiga upptök sín rétt fyrir aftan hann. Valur sneri sér við og stóð augliti til auglitis við konu sem stóð í nokkurra feta fjarlægð. Hún var undir meðalhæð og grannvaxin. Hnotubrúnt hárið var klippt stutt í kinnbeinahæð. Gráblá augun fönguðu athygli hans, eins og seglar. Húðin var ljós og slétt. Hún brosti. Í aðra röndina var hún barnsleg í útliti en það var eitthvað við hana sem fékk hann til að geta sér til um að hún væri á hans aldri—væri nýlega skriðin yfir þrjátíu og fimm ára markið.

„Satt best að segja, þá hef ég ekki hugmynd," svaraði Valur eftir að hann hafði jafnað sig eftir sjokkið. „Ég var eiginlega að spá í nákvæmlega sömu spurningu. Ég á erfitt með að sjá stól í miðju herbergi sem listmun. Ef þetta er list getur hvað sem er kallast list. Er það ekki?"

„Ég er ekki viss um að málið sé svona einfalt," sagði konan, um leið og hún færði sig nær, og gekk í kringum stólinn til þess að líta betur á hann. „Ef til vill er listin ekki í stólnum sjálfum. Listamaðurinn gæti verið að hvetja okkur til þess að líta lengra en á stólinn og spyrja okkur annarra spurninga. Er það ekki of þröng túlkun að einblína einungis á stólinn sem listaverk? Getur listin ekki falist í samspilinu á milli stólsins og skiltisins? Í móthverfunni sem sköpuð er með því að leyfa fólki ekki að nota stólinn í því hlutverki sem hann var framleiddur til að þjóna? Ef til vill er tilgangur listamannsins einmitt sá að fá okkur til þess að gera upp á milli tveggja andstæðra kosta. Kannski vill hann að við setjumst í stólinn jafnvel þótt okkur sé sagt að gera það ekki."

Konan lauk hringferð sinni um stólinn og settist. Valur fékk gæsahúð og fiðring í magann. „Þú getur ekki gert þetta," hvíslaði hann, og leit í kringum sig til þess að athuga hvort hann sæi öryggisverði. „Einhver gæti séð til þín!"

„Ég efa það," sagði konan og glotti. „Ég held að listamaðurinn vilji hvetja þig til þess að hugsa um móthverfuna milli þess sem þú ættir að gera og þess sem þig langar að gera. Milli þess sem þú heldur að þú ættir að gera og þess sem þig virkilega langar til þess að gera. Þess sem þig langar að langa og þess sem þig raunverulega langar. Fólk er alltaf að spyrja sig rangra spurninga. Ákaft í að spyrja sig spurninganna sem leiða það að þeirri niðurstöðu sem það vill komast að."

„Ert þú listakonan?" spurði Valur, sem hafði róast lítið eitt við grunsemdirnar að þetta væri allt hluti af sýningunni.

„Þú manst þá ekkert eftir mér, er það nokkuð?"
spurði konan og starði á hann með þessum dáleiðandi,
grábláu augum.

„Nei, ætti ég að gera það?" viðurkenndi Valur
og hugsaði með sér hvort konan væri fyrrverandi
bekkjarfélagi úr menntaskóla eða jafnvel grunnskóla.
Nei, hann gat ekki fyrir nokkurn mun staðsett hana í
minninu.

„Þetta er ég, Ugla," sagði hún. „Manstu ekki?
Æskuvinkona þín."

„Ugla?" Val var brugðið. Atburðarásin hafði verið
ruglingsleg hingað til en núna tók botninn úr og allt
varð afar súrrealískt. „Ugla? Ósýnilega vinkona mín
úr æsku?"

„Lít ég út fyrir að vera ósýnileg í þínum augum?"

„Nei," játaði Valur, þó ekki fyllilega sannfærður.

„Þá myndi ég heldur kjósa að þú kallaðir
mig bara...," hún tók sér smá umhugsunarfrest,
„...einfaldlega vinkonu þína."

Valur þagði og starði á konuna sem sat í
hægindastólnum andspænis honum. Hún starði á móti,
glottandi. Valur lokaði augunum og andaði djúpt.
Ugla, ímyndaða vinkona hans úr æsku. Hann brosti.
Hann hafði ekki hugsað til hennar í langan tíma. Satt
best að segja átti hann engar eigin minningar um hana.
Hann mundi einungis frásagnir foreldra sinna sem þau
höfðu endurtekið svo oft. Sögurnar um það hvernig

þau léku sér saman, hann og Ugla. Sögurnar um það þegar hann bað foreldrana að leggja á borð fyrir Uglu því að hún ætlaði að borða með þeim. Sögurnar af því þegar hún ferðaðist með fjölskyldunni, þar til eitt sumarið þegar þau voru á ferðalagi um Írland, þá hvarf hún. Hann hætti að minnast á hana. Hann hætti að leika við hana. Hún virtist hafa horfið gersamlega úr huga hans—hætti að vera hluti af ímynduðum heimi hans. Enginn vissi hvað hafði bundið enda á vinskap þeirra.

Valur opnaði augun aftur. Ugla var enn á sama stað. Hún sat í hægindastólnum, hallaði sér aftur og starði á hann.

„Hvers vegna förum við ekki eitthvert og fáum okkur í glas," sagði hún og stóð upp úr stólnum. „Það er heilmikið sem við þurfum að ræða. Við þurfum að rekja það helsta sem á okkar daga hefur drifið síðan við sáumst síðast."

★ ★ ★ ★ ★

Valur og Ugla yfirgáfu listasafnið og héldu aftur út í kaldan sumarmorguninn. Það var ennþá klukkutími til hádegis og það yrði ekki nokkurt mál að finna hljóðlátan stað til að tala saman. Valur stakk upp á að þau færu á veitingastaðinn í gamla Fálkahúsinu í Hafnarstræti. Staðurinn var nálægt, og satt best að segja, einn af fáum stöðum sem Valur þekkti í miðbænum. Hann var of sjaldan á landinu til þess að halda í við tíðar breytingar á veitingastaðasviðinu.

„Ég ætla að skella mér á klósettið," sagði Ugla þegar þau höfðu fundið sér þokkalegt borð við glugga, með útsýni út á Ingólfstorg.

Valur settist niður og skoðaði vínlistann. Hann var enginn sérfræðingur þegar kom að víni en kannaðist við tvær rauðvínsflöskur sem voru í boði, spænska Crianza frá Rioja og argentínska Malbec frá Mendoza.

„Við ætlum að fá flösku af Malbec," sagði Valur við þjóninn þegar hann kom yfir að borðinu. „Og tvö glös."

Valur gat ekki annað en brosað. Þetta var eins og í frásögnum foreldra hans þegar hann fann sig knúinn til að biðja sérstaklega um að lagt yrði á borð fyrir Uglu.

„Á ég að koma með vínið strax, eða á ég að bíða eftir sessunautnum?" spurði þjónninn.

„Komdu endilega með það strax," svaraði Valur. „Við komum saman. Hún fór bara á klósettið og kemur eftir smástund."

„Að sjálfsögðu, auðvitað," sagði þjónninn og lyfti brúnum. „Eins og þér hentar."

Þjónninn kom til baka með vínflöskuna og tvö glös. Hann hellti smálögg í annað glasið og leyfði Val að smakka. Valur lét vínið rúlla eftir tungunni í augnablik áður en hann samþykkti það. Þjónninn fyllti glasið og hélt síðan áfram að sinna öðrum gestum. Valur nældi í flöskuna og hellti hálffullt glas fyrir Uglu.

„Hvert er tilefnið að þú ert staddur á Íslandi þessa stundina?" spurði Ugla þegar hún kom til baka af klósettinu. „Ég hafði frétt að þú værir í Barselóna, eða var það Amsterdam?"

„Jú, það er rétt, ég bý mestmegnis í Barselóna en er einnig mikið í Amsterdam, vinnunnar vegna. Er bara í heimsókn hér á landi."

„Fyrir Amsterdam og Barselóna," sagði Ugla og lyfti glasinu til þess að skála. „Hljómar eins og fínasta blanda."

„Skál," sagði Valur og lyfti sínu glasi. „Það er rétt. En þú? Varst þú ekki á Írlandi þegar við sáumst seinast?"

„Jú, við sáumst þar, en annars á ég mér ekki fastan samastað. Ég ferðast um. Ég fer þangað sem mín er þörf. Ég dvel vanalega í stuttan tíma á hverjum stað. Núna er ég í verkefni í Reykjavík. Ég geri ráð fyrir að stoppa stutt. En þú?"

„Ég verð í rúman hálfan mánuð."

„Viðskipti eða dægradvöl?"

„Bæði. Ég er að fara í gönguferð með vinum mínum í næstu viku, en ég er einnig á landinu vegna atvinnutækifæris. Ég fór í viðtal hjá íslensku fyrirtæki í gær."

Valur fann fyrir fiðrildum í maganum þegar honum varð hugsað til atvinnuviðtalsins. Var hann virkilega svona stressaður yfir því hvort hann fengi starfið?

Eða var maginn aðeins að kvarta yfir því að hann væri að drekka rauðvín fyrir hádegismat? Satt best að segja hafði hann enga ástæðu til þess að hafa áhyggjur. Hann hafði farið í miklu erfiðari viðtöl fyrr á ferlinum. Þetta hafði verið barnaleikur í samanburði við það. Það var eins og starfslýsingin hefði verið skrifuð til að passa nákvæmlega við menntun hans og starfsreynslu. Viðtalið hafði gengið eins og í sögu og hann hafði fundið góðan anda á meðal starfsfólksins. Kemistrían hafði verið rétt að svo mörgu leyti. Ef eitthvað var þá leit þetta of vel út til að vera satt. Um var að ræða glænýtt sprotafyrirtæki á sviði efnaverkfræði þar sem hann gæti einbeitt sér hundrað prósent að tilraunum með náttúruleg efni undir áhrifum frá íslenskum jarðhitasvæðum. Varan var byggð á hugmynd sem hann hafði verið sjálfur að gæla við í nokkurn tíma. Þetta yrði mikil breyting frá núverandi starfi hjá stórum, alþjóðlegum efnarisa, þar sem hann eyddi meiri tíma á leiðinlegum fundum og í innanhússpólitík heldur en að fást við efnafræðina sjálfa.

„Vongóður?" spurði Ugla og truflaði hugsanir hans.

„Um hvað?" Valur hafði gleymt því að hún væri á staðnum, og hvað þau höfðu verið að tala um.

„Um starfið, auðvitað."

„Ó, já. Nei. Ég meina já. Bæði. Já og nei. Ég er á milli steins og sleggju. Á annan bóginn er ég vongóður

95

um að ég fái starfið. Á hinn bóginn... Ég veit ekki...
Þá vona ég að ég fái það ekki. Þetta er svolítið flókið."

„Er starfið ekki nógu áhugavert?"

„Nei, það er ekki málið. Ég meina já, það er
áhugavert. Ef eitthvað er, þá er þetta draumastarfið."

„Svo, það er nokkuð ljóst að þú munir fá það?"

„Já, það held ég."

„Það er frábært!"

„Ég veit það ekki."

„Af hverju ekki?"

„Ég yrði að flytja til Reykjavíkur."

„Hvað er að því að flytja til Reykjavíkur?"

„Ég veit það ekki. Ég er ekki viss um að mér líki
við borgina. Ég er ekki viss um að ég passi lengur inn
í íslenskan hugsunarhátt."

„Hvers vegna ekki?"

„Ég kann vel við einfaldan, borgaralegan lífsstílinn
sem ég lifi í Barselóna. Ég nýt þess að geta borðað
morgunmat á kaffihúsi úti á torgi allt árið um kring."

„Hversu oft borðar þú morgunmat úti á torgi í
Barselóna?"

„Næstum aldrei, í raun og veru."

„En?"

„Það er ekki málið. Þetta hefur meira með
konseptið að gera. Ég vil eiga völina. Ég sé mig bara
ekki fyrir mér í Reykjavík."

„Hvers vegna ekki?"

„Það er svo margt sem spilar inn í. Í fyrsta lagi,
þá kann ég við bíllausan lífsstíl. Foreldrar mínir búa
í klukkutíma fjarlægð frá Reykjavík. Vinir mínir eru
dreifðir út um allt höfuðborgarsvæðið, í miðbænum,
úthverfunum og nágrannasveitarfélögunum. Það yrði
geðveiki að komast á milli staða."

„Hvers vegna ertu þá samt að spá í að flytja?"

„Í tvö ár hef ég í og með verið að hugsa um þetta,
að flytja til baka til Íslands. Ég vil eyða meiri tíma
með foreldrunum. Ég á þéttan vinahóp hérna. Ég
sakna hans. Ég sakna þess að vera með vinunum, í
gönguferðum úti í náttúrunni."

„Ég skil," sagði Ugla og setti upp vingjarnlegt bros
sem fékk Val til þess að slaka á.

„Mér líkar hins vegar ekki valið. Í tvö ár hef ég
forðast það að þurfa að svara spurningunni um það
hvort ég geti hugsað mér að búa á Íslandi, einfaldlega
með því að minna mig á að það eru engin störf fyrir
mig hér. Engin störf sem henta beint minni reynslu,
þar er að segja. Ég hef talið mér trú um að ég hafi
sérhæft mig út af íslenska vinnumarkaðinum. Þannig
hef ég ekki þurft að velja á milli heimsborgarinnar og
heimaborgarinnar. Það hefur því aldrei verið neitt val.
Svo hafði þetta nýja fyrirtæki samband við mig fyrir
nokkrum vikum og bauð mér að koma í viðtal."

„Og þar sem viðtalið gekk vel þá getur þú ekki falið
þig lengur," hélt Ugla áfram, á meðan hún horfði í augu

97

Vals og las hugsanir hans. „Þú getur ekki falið þig á bak við afsökunina að það séu engin störf við þitt hæfi á Íslandi. Þú verður að gera upp hug þinn. Þú verður að taka ákvörðun."

„Nákvæmlega!" Innst inni vonaði Valur að svarið við atvinnuviðtalinu yrði neikvætt. Hann vonaði að hann væri ekki rétti maðurinn í starfið og yrði þess vegna hafnað. Þá þyrfti hann ekki að svara öllum þessum erfiðu spurningum. Hann gæti skotið á frest ákvörðuninni varðandi það hvort hann flytti til baka til Íslands eða yrði áfram í Barselóna. Honum fannst þetta erfið staða. Báðir möguleikarnir höfðu sína kosti og galla. Hvorugur var greinilega betri en hinn. „Ég vil eyða meiri tíma með fjölskyldu og vinum en ég vil líka búa í raunverulegri borg."

„Hvað er raunveruleiki?" spurði Ugla.

„Er það ekki kaldhæðnislegt að þú skulir draga það í efa hvað sé raunveruleiki og hvað ekki?"

„Ertu að segja að ég tilheyri ekki raunveruleikanum?"

„Ég veit það hreinlega ekki," andvarpaði Valur.

„Það sem ég er að reyna að segja er að stundum er ekki auðvelt að greina á milli þess sem er raunulegt og þess sem er það ekki. Við eigum oft í erfiðleikum með að greina á milli þess sem við þráum að þrá og þess sem við raunverulega þráum."

„Ég er ekki viss um að pælingin sé eins djúp eða heimspekileg," sagði Valur. „Ég held að málið snúist einfaldlega um skilyrði sem ekki er hægt að uppfylla samtímis. Í öllu falli þá var ég að reyna að taka mér smáfrí frá því að hugsa um þetta. Getum við skipt um umræðuefni?"

„Auðvitað," sagði Ugla. „Hvernig hefur bróðir þinn það?"

„Bróðir minn?" Valur fann hvernig líkaminn spenntist, blóðið streymdi fram í andlitið og málrómurinn hækkaði. „Hvað kemur... kemur hann málinu við?"

„Rólegur. Ég spurði bara," sagði Ugla og yppti öxlum. „Ég var bara forvitin þar sem ég mundi eftir því frá okkar fyrri fundum að þú áttir eldri bróður. Árinu eldri, var það ekki?"

„Jú, ég átti eldri bróður," svaraði Valur. „Á eldri bróður. Ég geri ráð fyrir að hann hafi það gott."

„Svo þú hefur ekki haft samband við hann síðan þú komst til landsins?"

„Nei," svaraði Valur og horfði yfir torgið. „Ég hef verið upptekinn."

„Og sú staðreynd að bróðir þinn giftist æskuástinni þinni– ást lífs þíns—hefur ekkert með það að gera að þú efist um það hvort þú eigir að flytja til baka til Íslands?"

Valur lokaði augunum og fannst heimurinn hringsnúast í höfði sér. Þetta var ekki að eiga sér stað. Hann var ekki að taka við lexíu um lífið frá veru sem var ekki einu sinni raunveruleg—frá einhverri ímyndaðri veru, sem virtist geta valsað inn og út úr lífi hans eins og hún vildi á nokkurra áratuga fresti. Hvað vissi hún um það hvað hann hugsaði, eða hugsaði ekki? Hvað hann raunverulega þráði, eða þráði að þrá?

★ ★ ★ ★ ★

Þegar Valur opnaði augun aftur og leit yfir borðið, þá var Ugla horfin. Hann sat einungis andspænis hálffullu rauðvínsglasi. Hann með tómt rauðvínsglas í höndunum. Hann hellti síðustu dropunum úr flöskunni í glasið sitt og hallaði sér aftur í sætinu. Hann fann á sér, en hugurinn var skýrari en hann hafði verið áður. Hann hafði tekið ákvörðun. Hún hafði haft rétt fyrir sér þegar allt kom til alls. Hann þurfti ekki að bíða frekari svara. Hann ætlaði ekki að taka starfinu, jafnvel þótt honum byðist það. Hann var ekki tilbúinn að flytjast til baka til Reykjavíkur. Hann var ekki tilbúinn að takast á við raunveruleikann.

AFTUR Í HEIMAHAGANN

Ég lít út um gluggann og inn í gráan vetrardag. Dökk ský hanga lágt á himnafestingunni, en þessa stundina kemur hvorki rigning né snjór úr lofti. Um akbrautina utan gluggans, aka bílar fram hjá í samfelldri bunu og kasta skítugu slabbi upp á gangstéttirnar.

Ég er í stórborginni. Ég er í Reykjavík. Það veit ég fyrir víst. Ég hef verið hér um dálítið skeið. Ég hef dvalið hér vikum saman, mánuðum, eða jafnvel árum. Ég veit það ekki með vissu.

Ég lít í átt frá glugganum og rannsaka umhverfi mitt. Beint fyrir framan mig, í hinum enda herbergisins, er kommóða. Við hennar hlið er rúm, snyrtilega uppábúið hvítu teppi. Veggirnir allt í kring eru einnig hvítir. Inni í mínum litla heimi er allt hreint og hvítt, en þar fyrir utan ræður grámyglan ríkjum. Hvað hefur orðið um alla liti lífs míns? Grasið græna, bláan himininn, gulu blómin...

Ég lít á hendur mínar, á gamalt hrukkótt skinnið. Erfiði lífsins hefur tekið sinn toll. Ég er ekki lengur sterki bóndinn sem ég áður var. Ég kreppi hnefana og slaka svo á þeim aftur. Það leynist ennþá styrkur í líkamanum. Ég legg lófana á stólarmana, ýti mér upp og geng í hægðum mínum þvert yfir herbergið.

Ég strýk yfir kommóðuna. Eins og hendur mínar þá hefur gamall viðurinn látið á sjá. Ég loka augunum og geng inn í vinnuskúrinn þar sem hann faðir minn er að pússa við. Ég fylgist með honum tímunum saman þar sem hann umbreytir hráum efniviðinum í þessa fallegu kommóðu. Fyrir tíu ára guttann sem ég er, þá virðist handverkið eins og galdur.

Ég opna augun og lít yfir ljósmyndasafnið sem breiðir úr sér ofan á kommóðunni. Ég tek upp einn rammann og held honum í skjálfandi höndunum. Þarna erum við, saman fyrir utan bæinn okkar, ung og brosandi. Ég er í gráum jakkafötum og rjómahvítri skyrtu. Þú ert í bláum kjól með hvíta svuntu. Ég veit að kjóllinn er blár, jafnvel þótt ljósmyndin sé svarthvít. Ég keypti hann í kaupfélaginu haustið eftir að við giftum okkur. Hann var fyrsta gjöfin sem ég gaf þér sem eiginkonu, manstu?

Myndin er tekin á fyrsta brúðkaupsafmælinu okkar. Ljósmyndarinn er danskur. Hann er á ferðalagi um eyjuna, festandi íslenskt sveitalíf á filmu og stoppar við bæinn okkar, ef til vill fyrir tilviljun, ef til vill af ásettu ráði.

„Hvers vegna bjóðum við ykkur ekki til smá veislu í tilefni dagsins?" spyrð þú túlk ljósmyndarans. „Ég ætla að baka pönnukökur og hella upp á nýtt kaffi. Í dag höldum við upp á fyrsta brúðkaupsafmælið okkar. Við giftum okkur í fyrra. Nákvæmlega á þessum degi."

Á meðan við borðum talar þú linnulaust um lífið við fjörðinn, landslagið, fólkið, veðrið, siðina.

„Þið verðið að líta við hjá Snjólfi," segir þú. „Hann er kynlegur kvistur, gamall einbúi... Ef þið farið yfir hálsinn þarna og niður í dalinn hinum megin, þá gætuð þið komið auga á villt hreindýr... Þið eruð heppnir að hann blæs úr norðvestri í dag. Það er kannski í kaldari kantinum en lítið á bláan himininn! Hugsið ykkur ef hann blési úr suðaustri. Það væri hlýrra, en tvímælalaust rigning... Stóri steinninn þarna við veginn er stærsta álfabyggðin við fjörðinn. Vegagerðarmennirnir þorðu ekki að snerta hann. Þess vegna tekur vegurinn svona stóran sveig fram hjá honum...“

Aumingja túlkurinn hefur tæplega rúm til að bíta í pönnukökuna sína, en ljósmyndarinn hlýtur að virða frumkvæði þitt, því hann sendir okkur myndina alla leiðina frá Kaupmannahöfn sem þakklætisvott.

Ég legg rammann frá mér á kommóðuna, sný mér við og held til baka þvert yfir gólfið. Það situr ungur maður í næsta stól við minn. Hann lítur til mín og brosir. Hann er í gráum jakkafötum og hvítri skyrtu. Ég er ekki frá því að hann líti út næstum eins og ég á ljósmynd danska ljósmyndarans. Hann er eins og draugur sjálfs míns, í heimsókn frá liðnum tíma.

Ég geng yfir til hans, hægt og rólega, eitt skref í einu. Þegar ég kemst á leiðarenda sný ég mér við, legg hendurnar varlega á arma stólsins og læt mig síga niður í sætið.

„Og hverra manna ert þú, ungi maður?“ spyr ég og sný mér í átt að unga manninum.

„Afi, þetta er ég, Emil,“ svarar hann. „Sonur Sóleyjar.“

Ég loka augunum og sé Sóleyju hlaupandi um grösugar hlíðarnar ofan við bæinn. Hún er fimm ára. Það er vor. Ég er að gera við gaddavírsgirðingu sem skemmdist í fannfergi vetrarins—vetrarins 1944 til 1945. Snjóinn tók seint upp. Heybirgðirnar kláruðust næstum. Rauðka dó þann veturinn, ljósbrúna ærin með ryðrauða blettinn á enninu. Í gegnum árin hafði hún verið uppspretta hraustra og sterkra lamba.

Sóley hleypur til mín brosandi. Ég sé gleðina skína úr augum hennar. Hún er saklaus og ómeðvituð um afleiðingar vetrarharðindanna.

„Sjáðu, pabbi, ég fann sóley," segir hún og hlær. „Blómið mitt. En nú er það þitt. Ég gef þér það."

„Kærar þakkir!" Ég tek við blóminu og færi það upp að brjóstinu þar sem það límist við lopapeysuna. „Þú veist ég á nú þegar fallegustu sóleyna í öllum heiminum."

„Ég veit," svarar Sóley og ypptir öxlum, um leið og hún snýr sér við og heldur leik sínum áfram, hoppandi á milli steina og þúfna. Hún hleypur um, bankar á steina og heilsar huldufólkinu sem þar býr.

Ég opna augun og lít á unga manninn sem situr við hlið mér. Svo þetta er sonur hennar Sóleyjar litlu. Ég get ímyndað mér það. Hann hefur sömu augun og sama brosið.

„Hún er nú farin, hún amma þín," segi ég við dóttursoninn. „Innan skamms mun ég halda af stað austur til þess að vera við jarðarförina."

„En... jarðarför ömmu var fyrir mánuði síðan," svarar ungi maðurinn.

Ég loka augunum og sé litlu kirkjuna ofan við bæinn. Ég er að slá flötina framan við guðshúsið. Íslenski fáninn bærist í haustgolunni. Það er flaggað í

105

hálfa stöng. Ég er að gera kirkjuna klára fyrir jarðarför. Ég lít niður eftir túninu í átt að bænum og hugsa til þín. Þú ert í eldhúsinu, önnum kafin við að baka pönnukökur og hella upp á kaffi. Með sorg í hjarta ert þú að undirbúa erfidrykkju. Úr kirkjugarðinum heyrist moksturshljóð. Það er verið að taka gröf.

Ég man daginn greinilega. Hann faðir þinn heldur af stað til að gæta neta úti á firðinum. Það er rólegt haustveður í lofti. Ég geri mig kláran til að fara með út á fjörðinn en er kallaður til að hjálpa Snjólfi gamla við að koma síðasta heyinu í hús. „Farðu og hjálpaðu Snjólfi gamla," segir faðir þinn. „Ég sé um netin." Um miðjan dag tekur upp sterkan vind og það byrjar að rigna. Enginn veit nákvæmlega hvað gerist úti á firðinum en faðir þinn nær ekki aftur í land.

Ég opna augun og lít út um gluggann. Ég er í Reykjavík. Það snjóar. Hægfara bílaumferð líður um götuna handan glersins. Löng bílaröð sniglast áfram. Bílstjórarnir virðast eirðarlausir og ég skynja spennu í loftinu. Þeir horfa óþolinmóðir fram fyrir sig og vilja að öllum líkindum ná áfangastað hraðar en veður leyfir.

Ég sný höfðinu frá glugganum og virði fyrir mér hvítmálað herbergið. Það situr ungur maður í stólnum við hliðina á mér. Ljóst hárið, blá augun og vingjarnlegt brosið minna á mig sjálfan þegar ég var á hans aldri.

„Og hverra manna ert þú, ungi maður?" spyr ég til þess að svala forvitni minni.

„Ég er Emil. Barnabarn þitt. Sonur Sóleyjar."

Ég loka augunum. Ég stend á nýsleginni flötinni fyrir framan kirkjuna. Það er sumar. Sólin skín og íslenski fáninn blaktir letilega við hún í hægum andvaranum. Sóley og ég göngum hönd í hönd í átt til kirkju. Ég er í sunnudagsfötunum og hún er í hvítum kjól. Við lítum hvort á annað og brosum. Ég á bágt með að trúa því hversu hratt hún hefur umbreyst, frá því að vera ung stúlka sem hoppar á milli þúfna í brekkunni fyrir ofan bæinn, yfir í að vera ung kona sem er við það að ganga inn kirkjugólfið—inn í nýjan kafla lífsins—inn í hjónaband. Ég opna augun og virði dótturson minn fyrir mér.

„Það er fallegt af þér að koma í heimsókn," segi ég við hann. „Kemur þú langt að?"

„Nei, ég bý í Vesturbænum. Það er bara nokkurra mínútna akstur."

„Og hún móðir þín? Hvaða fréttir getur þú sagt mér af henni?"

„Hún skrapp bara út á ganginn til að tala við hjúkrunarfræðinginn. Hún kemur aftur eftir smástund."

Það er gott að heyra. Það er gott að hafa Sóleyju litlu nálægt. Sérstaklega núna þegar þú hefur ferðast

107

yfir móðuna miklu. Það er gott að geta séð kunnuglegt andlit.

„Hún amma þín er nú farin," segi ég við Emil. „Innan skamms mun ég leggja í hann, austur, til að vera viðstaddur jarðarförina."

Emil brosir og kinkar kolli. Ef til vill er það þess vegna sem hann er í heimsókn. Hann mun keyra mig austur á eftir. Ég hlakka til að berja sveitina augum. Ég hlakka til að snúa til baka og vera þér við hlið í kyrrðinni við fjörðinn.

Ég loka augunum og stend úti á túni, með orf og ljá í höndum. Ég er að slá gras undir heitri ágústsólinni. Ég lít upp í átt að bænum og sé hvar þú kemur gangandi yfir túnið.

„Hvílíkur dýrðardagur, elskan mín!" segir þú þegar þú nálgast. „Ég er með hádegismatinn. Brauð, pönnukökur og kaffi."

Ég legg ljáinn frá mér og heilsa þér með kossi. Við setjumst niður hjá stóra steinunum, miðja vegu á túninu, og ég tek til matar míns. Ég er reglulega svangur eftir erfiði morgunsins. Á meðan ég geri brauðinu og kaffinu skil, þá talar þú um efnið sem þú ætlar að fá úr kaupfélaginu í haust—um gluggatjöldin sem þú ætlar að skipta út. Áður en langt um líður hef ég lokið við matinn og kyssi þig í kveðjuskyni áður en þú heldur aftur uppeftir til bæjarins. Tíminn má ei fara til spillis. Það er ekki víst hversu lengi þurrkurinn varir. Ég tek upp ljáinn og sný mér aftur að slætti.

Ég opna augun. Sóley situr í stólnum við hlið mér. Hún er ekki litla stúlkan sem hún áður var heldur fullorðin kona. Ungur maður stendur við hlið hennar. Hann minnir mig á sjálfan mig þegar ég var á hans aldri. Hann minnir mig á Sóleyju þegar hún var á hans aldri. Þetta hlýtur að vera sonur hennar, hann Emil.

„Það er kominn tími til að halda á braut," segi ég. „Það er kominn tími fyrir mig að halda aftur í sveitina."

Þau brosa bæði til mín og Sóley gælir við gamla, æðabera hönd mína. Ég brosi til baka og loka augunum. Ég finn kyrrðina færast yfir mig. Ég er á leiðinni til baka—aftur í heimahagann.

ÓKUNNUGIR KUNNINGJAR

Indriði gekk við hlið eiginkonu sinnar um breiðar dyrnar, inn í salinn þar sem árlegt jólaboð fyrirtækisins var þegar í fullum gangi—jólaboð fyrirtækisins hennar. Er hún gekk inn um hurðaropið, rétti Ellinor úr bakinu, lyfti hökunni og hægði á gongulaginu þar sem hún skipti yfir í heillaðu-kúnnann gírinn. Indriði fylgdi henni eftir í gegnum mannhafið, í gegnum óendanlegt flóð af kveðjum og kurteisishjali... Halló, hvernig hefurðu það?... Dásamlegt að sjá þig... Þetta er

111

maðurinn minn, Indriði... Hvernig hafa börnin það?...
Þú manst eftir manninum mínum, Indriða? Kúnnarnir
höfðu tæplega nægan tíma til að líta í áttina til hans
og kinka kolli í viðurkenningarskyni áður en Ellinor
stýrði samtalinu frá fjölskylduvænu kurteisishjali yfir
í viðskipti...   ég sá að síðasti ársfjórðungur var
góður... Ég held það verði fleiri tækifæri fyrir samruna
þegar líður fram á næsta sumar. Indriða var alveg
sama þótt hann fengi litla athygli. Hann kunni sitt
hlutverk. Þetta var ekki hans kvöld. Hann var ekki
manngerðin sem á sér sín eigin kvöld. Hann var að
öllu jöfnu í aukahlutverki, hluti af umhverfinu, hluti
af mannfjöldanum. Kvöldið var Ellinor, og það stóð
svart á hvítu í óskrifuðum hjúskaparsáttmálanum milli
manns og konu að þau styddu hvort annað. Og þau
gerðu það. Hvort á sinn máta.

Indriði fylgdi Ellinor eftir um stund, uns hann varð
leiður á því að vera eins og gæludýr í bandi, nældi
sér í rauðvínsglas af bakka sveimandi þjóns og lét
sig fljóta um mannhafði, út að vegg, þar sem hann
gat virt fyrir sér fjöldann, athugað hvort hann kæmi
auga á einhvern sem hann þekkti, einhvern sem hann
kannaðist við, einhvern sem hann gæti gengið upp að
og hafið samræður við. Það var þó ekki svo að hann
þarfnaðist einhvers til að tala við. Hann stæði sæll í
útjaðri vettvangsins, virðandi fyrir sér fólk, andlit þess,
líkamstjáningu, samskiptin á milli þess. Hann væri

ánægður með að fylgjast með félagslegri virkni salarins, eins og hann væri að horfa á bíómynd. Hins vegar leið honum óþægilega í þeirri stöðu. Ekki af því hann ætti almennt erfitt með að vera í hlutverki þess sem fylgist með, heldur vegna þess að fólki finnst almennt óþægilegt þegar lífvera af þeirra eigin tegund fylgist með því. Þeim er sama um öryggismyndavélarnar, vafrakökurnar og staðsetningartæknina í farsímum— eða svo hafði hann lesið í tímariti á Netinu. Fólki finnst óþægilegt að vera undir eftirliti holds og blóðs. Þeir sem gerast sekir um slíkt athæfi eru taldir skrýtnir, lágkúrulegir, annarlegir. Indriði vildi ekki teljast furðufugl—ekki í veislunni hennar Ellinor.

Gestirnir virtust vera nokkurn veginn þeir sömu ár eftir ár. Indriði kannaðist við eitt og eitt andlit en gat samt sem áður ekki komið auga á nokkurn sem hann var nægilega málkunnugur til þess að hefja samræður við, ekki að fyrra bragði. Það var talsvert um fólk sem leit út fyrir að hafa þónokkur pund á milli handanna, fólk úr viðskiptalífinu, annaðhvort kúnnar eða tilvonandi kúnnar lögfræðistofu Ellinor. Þetta var þó ekki samkoma hinna ofurríku, enginn kom í þyrlu, að minnsta kosti svo framarlega sem Indriði vissi. Það var einnig talsverður fjöldi fólks sem Indriði leit á sem almenning, vinir starfsfólks lögfræðistofunnar, makar, makar vina starfsfólks lögfræðistofunnar. Indriði hafði

113

einu sinni hitt vin maka vinar maka eins eigandans.
Umfram allt þá var mikið um Norðmenn.

Sæll, ég heiti James, sagði ungur maður sem hafði
laumað sér upp að hlið Indriða á meðan hann virti fyrir
sér mannhafið. Indriði, svaraði Indriði. Norskur? Já.
Verið lengi í Lundúnum? Hversu langt var nú liðið
síðan þau fluttu frá Ósló? Meira en þrjú ár. Þetta var
þriðja jólaboð Indriða í borginni. Það voru þá fjögur ár
síðan Ellinor hafði sagt Indriði, elskan, komdu og sestu
niður, ég hef fréttir að færa. Það voru þá fjögur ár síðan
Indriði hafði haldið að Ellinor væri við það að tilkynna
honum að hún væri ólétt. Það var hún sem vildi ekki
eignast börn. Hún sagði að börn pössuðu ekki við
þær væntingar sem hún gerði til starfsframans. Indriði
hafði allaf verið opnari fyrir því að stækka fjölskylduna,
jafnvel þótt hann hefði ekki sterka skoðun á málinu.
Hann var ekki maður sterkra skoðana, svona almennt.
Að minnsta kosti ekki varðandi hversdagslega hluti.
Ekki það að barneignir væru hversdagslegur hlutur,
þannig lagað. Þegar allt kom til alls hafði Ellinor
ekki tilkynnt honum að hún væri ólétt, þar sem þau
sátu fyrir fjórum árum í hrímhvítri stofunni í Ósló—
eða var hún marmarahvít? Hún hafði sagt honum að
hún hefði fengið ótrúlega áhugavert tilboð um að koma
á fót glænýju útibúi lögfræðistofunnar í Lundúnum.
Rúmlega þrjú ár, svaraði Indriði unga manninum,
kom hingað með konunni minni, hún er meðeigandi í

114

fyrirtækinu. Ellinor? Já. Ég vissi ekki að hún væri norsk, sagði James og kinkaði kolli, eins og hann væri að hamra þessum nýju upplýsingum inn í höfuðið á sér, ég byrjaði í síðustu viku, ég vinn fyrir stofuna, lærlingur. James og Indriði spjölluðu um stund. Það kom á daginn að ungi maðurinn var forvitinn og vildi vita margt um Noreg. Indriði reyndi að svara eins rækilega og hann gat, rúmlega fimm milljónir, olía, nei, en á evrópska efnahagssvæðinu, ostaskerinn, fótbolti, skíði og skautar, Ole Gunnar Solskjær, en ég geri ráð fyrir að það hafi verið fyrir þinn tíma, Edvard Grieg og Edvard Munch, A-ha, einnig fyrir þinn tíma, nei, ég trúi ekki að jólasveinninn búi þar, eða nokkurs staðar, ef út í það er farið. Það var gaman að hitta þig, sagði James að lokum eftir að hann virtist hafa fræðst nægilega mikið um Noreg, ég verð að halda áfram að blanda geði við gesti. Það var sömuleiðis gaman að tala við þig, svaraði Indriði, og þeir tókust í hendur að skilnaði.

Samtalið hafði vakið upp þorsta hjá Indriða og hann gekk yfir að barnum og bað um annað glas af rauðvíni. Og hvort ertu starfsmaður eða kúnni? spurði lágvaxinn, eldri maður þegar Indriði hélt í átt frá barnum með nýfyllt glasið í hendinni. Maðurinn var klæddur í svört, teinótt jakkaföt, hvíta skyrtu og með búrgúndí-þverslaufu. Indriði gat sér til um að maðurinn væri skjólstæðingur Ellinor. Einn þeirra

115

sem hún gaf ráð varðandi samruna og yfirtökur, hlutafjárútboð, eða hvað það nú hét allt saman sem lögfræðistofan hafði upp á að bjóða. Heimavið töluðu þau ekki mikið um vinnuna. Þess í stað töluðu þau um tónlist og kvikmyndir—þeirra sameiginlegu áhugamál—áhugamálin sem höfðu á sínum tíma verið undirstaða sambands þeirra, og þjónaði áfram hlutverki líms. Indriði kannaðist ekki við manninn. Hugsanlega var hann nýr kúnni. Hvorugt, svaraði Indriði, ég er eiginmaður eins meðeigandans, Ellinor. Það er yndislegt, sagði maðurinn eins og hann hefði marga fjöruna sopið í ástarmálum, hjónaböndum eða hvoru tveggja. Og við hvað starfar þú? spurði maðurinn. Ég er málari. Það er yndislegt, í hvaða stíl? Sjálfur safna ég mestmegnis skúlptúr. Hef ég séð verk þín einhvers staðar? Sagði ég þér að ég safna skúlptúr? Já, það gerði ég, var það ekki? Nútímaskúlptúr er ekki höggmyndalist liðinna tíma, það skal ég segja þér. Nú til dags er einnig meira um innsetningar—vídeóinnsetningar, hljóðinnsetningar, og þess háttar. Ég safna því líka. Ég keypti eitt verk í síðustu viku. Vídeóinnsetning af brosandi konu. Það kann að hljóma fáfengilegt og snobbað, en ósvikið bros er bara svo yndislegt, sannarlega list að festa það á filmu. Þú sagðist vera málari, var það ekki? Hvert er þitt sérsvið? Ég er mikill áhugamaður um impressjónismann. Það eru hins vegar fáir sem mála þannig nú til dags. Í síðustu viku heyrði ég um fólk sem telur sig fást við póstsamtímalist. Þvílíkt orð. Hvernig getum við verið komin fram úr samtímalist? Er fólk farið að mála inn í framtíðina? Er fólk að selja kauprétt á ómáluð málverk? Svona eins og gengur og gerist á Wall Street?

Á þessum háfleygu orðum lauk maðurinn einræðu sinni og Indriði fékk loksins tækifæri til þess að svara upprunalegu spurningunni. Ég fæst að mestu leyti við einlitan akríl á steinsteypu, svaraði Indriði. Yndislegt, afar frumlegt, sagði maðurinn, ég er ekki viss um ég hafi nokkru sinni séð það fyrr. Hvernig skilgreinir þú það? Nýnaumhyggju? Við verðum að vera í sambandi til að fylgja þessu samtali eftir. Ég hef samband í gegnum Ellinor. Nú verð ég að þjóta. Án þess að segja meira skaust maðurinn þvert yfir salinn og tók upp nýjar samræður—eða aðra einræðu. Ellinor bað Indriða alltaf um að segja að hann fengist við *skreytingar*, í stað þess að segjast vera *málari* þegar hann talaði við Englendinga. Við verðum að laga okkur að staðbundnum málvenjum, sagði hún. Indriði hafði ekki eins mikla aðlögunarhæfni og Ellinor. Hann hafði ekki farið í háskóla í Oxford. Hann kunni ekki við að segjast fást við *skreytingar*—jafnvel þótt það væri venjan hér. Hann leit ekki á sjálfan sig sem skreytingarmann. Hann leit ekki á handverk sitt sem skreytingu. Hann skreytti ekki veggi. Hann stillti ekki upp blómum og vösum. Hans verk var einfaldlega að þekja veggi með málningu. Hann var málari en ekki skreytingarmaður.

Sælinú, gaman að sjá þig aftur, sagði maður á norsku. Indriði kannaðist við að hafa séð hann í jólaboði síðasta árs. Þú virðist í þungum þönkum, komdu og spjallaðu við okkur, hélt maðurinn áfram og bauð Indriða inn í hóp þriggja manna sem komu allir kunnuglega fyrir sjónir og voru eflaust í veislunni í fyrra. Það er að verða eins konar hefð að hittast svona einu sinni á ári, hélt maðurinn fram. Indriði játaði því kurteislega, á meðan hann reyndi að muna hver maðurinn var, og hver tenging hans var við lögfræðistofuna. Var þetta endurskoðandinn, bróðir skrifstofustjórans? Þvílíkur umferðarþungi í dag, tilkynnti maðurinn hópnum, það tók mig aldur og ævi að skutla börnunum í skólann í morgun. Þetta var þá ekki endurskoðandinn. Hann átti engin börn á skólaaldri, það mundi Indriði frá samtali þeirra frá árinu áður. Hann átti uppkominn son sem nam verkfræði í háskóla. Þegar þeir hittust í fyrra var sonurinn við það að leggja af stað í ferðalag um löndin við Persaflóann til þess að berja augum stórframkvæmdir sem voru í gangi í því heimshorni. Hann var víst heillaður af stórum verkfræðiundrum. Hann hafði alltaf verið heillaður af framkvæmdum. Allt frá því hann var ungur drengur hafði endurskoðandinn farið með hann í skoðunarferðir um byggingarsvæði. Í seinni tíð var öldin önnur og sonurinn fór með föðurinn á þau svæði þar sem mest spennandi nýbyggingar var að finna. Þeir voru nánir, faðir og sonur, jafnvel þótt þeir byggju ekki lengur saman. Sonurinn bjó hjá fyrrverandi eiginkonu endurskoðandans. Endurskoðandinn bjó hins vegar með núverandi eiginmanni sínum. Eða þannig hafði þessu alla vega verið farið í fyrra þegar þeir höfðu talað saman. Það hafði verið ánægjulegt samtal. Indriði hugsaði með sér að það hefði verið gaman að hitta endurskoðandann aftur þetta árið. Hann var miklu skemmtilegri í viðræðu en þriggja manna hópurinn sem Indriði stóð frammi fyrir þessa stundina, án þess að heillast af umræðunni.

Indriði tók gúlsopa af rauðvíni til þess að næla sér í afsökun til þess að yfirgefa hópinn. Honum fannst óþægilegt að tala við fólk sem var kunnuglegt en samt ókunnugt. Það voru of margir óvissuþættir í samtalinu og hann kunni ekki við að spyrja spurninga til þess að fylla í eyðurnar. Það mundi aðeins afhjúpa óþægilegan sannleikann, að hann hefði gleymt hvert fólkið var. Það gæti orðið vandræðalegt ef fólkið myndi hver hann var. Það gæti litið illa út fyrir Ellinor. Ókunnugir kunningjar voru það versta. Það var miklu betra að tala annaðhvort við fólk sem hann þekkti virkilega eða fólk sem hann þekkti alls ekki neitt. Indriði lyfti tómu

119

glasinu til hópsins. Tími til að fylla á að nýju, sagði hann, og hélt í átt að barnum.

Á meðan hann beið í röð eftir afgreiðslu, leit Indriði yfir salinn og sá Ellinor í líflegum samræðum við kúnna. Eitt augnablik mættust augu þeirra. Hann brosti og kinkaði kolli. Hún brosti og kinkaði kolli. Þetta var bara andartak áður en hún sneri sér aftur að samræðunum. Hún virtist sátt. Það leit út fyrir að jólaboðið stæði undir væntingum. Indriði var glaður fyrir hennar hönd.

Í stað þess að fylla á glasið, skildi Indriði það eftir á barborðinu, gekk út á ganginn, náði í frakkann sinn úr fatahenginu og gekk út í kalt desemberkvöldið. Það var djassklúbbur handan við hornið. Það var staður þar sem Indriði kunni betur við sig. Þar yrðu engir ókunnugir kunningjar.

Börkur Sigurbjörnsson er menntaður tölvunarfræðingur og vinnur við hugbúnaðarþróun en sinnir skáldskap í hjáverkum. Börkur er fæddur og uppalinn í Reykjavík en hefur á undanförnum tveimur áratugum búið víðs vegar um Evrópu, með langtímadvöl í Amsterdam, Barselóna, Bursheid, Düsseldorf og Lundúnum. Í og utan vinnu hefur hann einnig ferðast víða um heim, frá Beijing til Bangalore, Berlín, Bariloche, Boston, Brno og Buenos Aires—á staði þar sem hann hefur komist í kynni við ókunnuga.

Meðal fyrri verka Barkar eru *999 Erlendis*, smásagnasafn sem kom út sumarið 2012 og *52 augnablik*, örsagnasafn sem kom út fyrir jólin 2017. Börkur birtir reglulega örsögur og einstaka smásögu á vefnum *Urban Volcano* og tístir sem @borkurdotnet.

https://urbanvolcano.net/
https://urbanvolcano.net/is/999-erlendis/
https://urbanvolcano.net/is/52-augnablik/
https://urbanvolcano.net/is/taladu-vid-okunnuga/